പുസ്തകം 2

രാജാരവിവർമ്മ

rajaravivarma

•

karakkamandapam vijayakumar

•

first edition
june 2015

•

published
chintha publishers, thiruvananthapuram

•

typesetting
star communications, thiruvananthapuram

•

•

cover
ambeesh

•

വിതരണം
ദേശാഭിമാനി ബുക്ക് ഹൗസ്
H O തിരുവനന്തപുരം–695 035
phone: 0471-2303026, 6063026
www.chinthapublishers.com
chinthapublishers@gmail.com

ബ്രാഞ്ചുകൾ

ഹെഡ്ഡാഫീസ് ബ്രാഞ്ച് കുന്നുകുഴി • സ്റ്റാച്യു തിരുവനന്തപുരം • കെ എസ് ആർ ടി സി ബസ് സ്റ്റേഷൻ ആലപ്പുഴ • കെ എസ് ആർ ടി സി ബസ് സ്റ്റേഷൻ എറണാകുളം • ചിറ്റൂർ റോഡ് എറണാകുളം • മച്ചിങ്ങൽ ലെയ്ൻ തൃശൂർ • ഐ ജി റോഡ് കോഴിക്കോട് • മാവൂർ റോഡ് കോഴിക്കോട് • എൻ ജി ഒ യൂണിയൻ ബിൽഡിങ് കണ്ണൂർ • സെൻട്രൽ ബസ് ടെർമിനൽ കോംപ്ലക്സ് താവക്കര കണ്ണൂർ

CO - NS 2 / 2208 / 3681

രാജാരവിവർമ്മ

കാരയ്ക്കാമണ്ഡപം വിജയകുമാർ

ചിന്ത പബ്ലിഷേഴ്സ്
തിരുവനന്തപുരം-695 035
വില: ₹ 95

കാരയ്ക്കാമണ്ഡപം വിജയകുമാർ

അദ്ധ്യാപകസംഘടന സ്ഥാപകനേതാവായിരുന്ന കെ അച്യുതൻ നായരുടെയും സി ഗോമതി അമ്മയുടെയും മകൻ. 1956 ൽ ജനനം. തിരുവനന്തപുരം കോളേജ് ഓഫ് ഫൈൻ ആർട്സിൽ നിന്ന് ചിത്രകലയിൽ ഡിപ്ലോമ. കേരള കൗമുദി/കലാകൗമുദി പ്രസിദ്ധീകരണങ്ങളിൽ ജോലി നേടി. 1982 മുതൽ തിരുവനന്തപുരം ഗവ. ആയുർവ്വേദ കോളേജിൽ പ്രസിദ്ധീകരണവിഭാഗത്തിൽ ചിത്രകാരനായി. 2011 ൽ വിരമിച്ചു. ചെറുകഥകളും, ബാലസാഹിത്യകൃതി കളും, ചിത്രകലാ ഗ്രന്ഥങ്ങളുമടക്കം ആറു പുസ്തകങ്ങൾ പ്രസിദ്ധീകരിച്ചിട്ടുണ്ട്. മലയാളത്തിലെ പ്രമുഖ ആനുകാ ലിക പ്രസിദ്ധീകരണങ്ങളിൽ വരയ്ക്കുന്നു. കേന്ദ്ര സാംസ്കാരിക വകുപ്പിൽനിന്നും ചിത്രകലയിൽ സീനിയർ ഫെലോഷിപ്പ് ലഭിച്ചു. കേരള ലളിതകലാ അക്കാദമി അവാർഡ്, മികച്ച കലാസംവിധായകനുള്ള സംസ്ഥാന ടി വി അവാർഡ്, സുദർശന പുരസ്കാരം, ഫൈൻ ആർട്സ് സ്റ്റഡി സർക്കിൾ അവാർഡ് തുടങ്ങി നിരവധി പുരസ്കാര ങ്ങൾ ലഭിച്ചിട്ടുണ്ട്.

ഇന്ത്യയിലും വിദേശത്തുമായി എട്ടോളം ഏകാംഗചിത്രപ്ര ദർശനങ്ങൾ നടത്തി. നിരവധി സംഘചിത്രപ്രദർശനങ്ങ ളിലും സംസ്ഥാന ദേശീയചിത്രകലാക്യാമ്പുകളിലും പങ്കെ ടുത്തിട്ടുണ്ട്. കേന്ദ്ര സംസ്ഥാന സർക്കാർ ഏജൻസികളുടെ വിവിധ വകുപ്പുകളിൽ ജൂറി അംഗമായിരുന്നു. ചലച്ചിത്ര അക്കാദമി, ബാലസാഹിത്യ ഇൻസ്റ്റിറ്റ്യൂട്ട്, സാക്ഷരതാ മിഷൻ, ദേശീയ ബാലഭവൻ എന്നിവിടങ്ങളിൽ അവാർഡ് കമ്മിറ്റി അംഗമായി പ്രവർത്തിച്ചിരുന്നു.

കേരള ലളിതകലാ അക്കാദമി, കേരള സംഗീത നാടക അക്കാദമി, വൈലോപ്പിള്ളി സംസ്കൃതി ഭവൻ എന്നിവയിൽ അംഗമായി പ്രവർത്തിച്ചു. ഇപ്പോൾ കെ ജി സി ഫൈൻ ആർട്സ് പരീക്ഷ ബോർഡ് ചെയർമാൻ.

ഭാര്യ   : ഉഷാകുമാരി എൽ
മക്കൾ   : അരുൺ വിജയ്, ആര്യ വിജയ്
മരുമക്കൾ   : നീതു മോഹൻ, ശ്രീലാൽ എം എസ്.
വിലാസം   : പ്രഭാവം
              നേമം പി ഒ
              തിരുവനന്തപുരം 695 020
ഫോൺ   : 9447093202
              0471-2490320

ഉള്ളടക്കം

രാജാരവിവര്‍മ്മ
(1848–1906)

മുഖവുര

ഇന്നത്തെ കേരളം ഒരു സുപ്രഭാതത്തിൽ ഉണ്ടായതല്ല. സഹസ്രാ ബ്ദങ്ങളുടെ ചരിത്രമുണ്ട് അതിന്. ഇരുപതാം നൂറ്റാണ്ടിന്റെ പകുതിവരെ ജന്മി-നാടുവാഴിത്തത്തിന്റെ അധീശത്വവും അധികാരവുമാണ് കേരളത്തി ലുണ്ടായിരുന്നത്. വ്യവസായവല്ക്കരണവും യുക്തിചിന്തയും കേരളീയ ജീവിതത്തിൽ വിവിധകാലങ്ങളിൽ ഗണനീയമായ പരിവർത്തനമുണ്ടാ ക്കിയിട്ടുണ്ട്. വിദേശീയരുമായുള്ള കേരളീയരുടെ സമ്പർക്കം ആരംഭി ച്ചത് ആയിരക്കണക്കിന് വർഷങ്ങൾക്കുമുമ്പാണ്. കേരളത്തിന്റെ സുഗ ന്ധദ്രവ്യങ്ങൾക്കുവേണ്ടിയുള്ള മത്സരം യൂറോപ്യന്മാരുടെ ഭൂപരമായ കണ്ടെത്തലുകൾക്ക് കാരണമായിരുന്നു. ബി സി 3000 മുതൽ സുഗന്ധ ദ്രവ്യങ്ങൾക്കുവേണ്ടിയുള്ള ഈ പര്യവേക്ഷണങ്ങൾ ആരംഭിച്ചിരിക്കണം. സഹ്യപർവ്വതത്തിന്റെ പടിഞ്ഞാറുഭാഗത്തായി മലനിരകളും ഇടനാടും സമതലവും ചേർന്ന ഈ പ്രദേശം എക്കാലത്തും വ്യത്യസ്തമായ ഒരു പ്രദേശമായിരുന്നു. നാനാജാതിമതങ്ങൾക്ക് താവളവും അഭയവുമായി രുന്നു കേരളം.

ആധുനിക കേരളത്തിന്റെ ഭാവരൂപങ്ങൾ രൂപപ്പെടുത്തിയ അനേകം മഹാവ്യക്തിത്വങ്ങളുണ്ട്. അവർ ജീവിച്ച കാലഘട്ടവുമായി സംഘർഷ ത്തിലേർപ്പെട്ട് ഉയർന്നുവന്നവരാണവർ. അവരിൽ ഭരണാധികാരികളുണ്ട്, കലാകാരന്മാരുണ്ട്, സാഹിത്യകാരന്മാരുണ്ട്, ദാർശനികരും രാഷ്ട്രമീമാം സക്കാരുമുണ്ട്.

ഒരു കാര്യം സുവ്യക്തമാണ്. ഇന്ത്യാ രാജ്യത്തിന്റെ ഏറ്റവും തെക്കെ അറ്റത്തുള്ള ഈ ഭൂപ്രദേശം നീതിമാന്മാരെ വരിക്കാൻ എല്ലായ്പ്പോഴും സന്നദ്ധമായിട്ടുണ്ട്. മഹാബലിയെ സ്വന്തം രാജാവായി വരിക്കാൻ മല യാളദേശം സന്നദ്ധമായെന്ന കഥ തീർച്ചയായും നീതിമാന്മാരെ അംഗീ

കരിക്കുന്ന ഒരു ജനസംസ്കാരത്തിൽ നിന്നുള്ള ഉപലബ്ധിയാണ്. നീതി ക്കുവേണ്ടിയുള്ള ഈ ദാഹത്തിൽ നിന്നാണ് കേരളം വിദേശവാഴ്ച യ്ക്കെതിരെ ആയുധമെടുത്തത്, പിന്നീട് സ്വന്തം മനസ്സുകളുടെ ഇരുൾ ക്കയങ്ങളിലേക്ക് നൂതനചിന്തയുടെയും, സമരത്തിന്റെയും പ്രകാശരശ്മി കൾ ഏറ്റുവാങ്ങിയത്. നവോത്ഥാനത്തിലേക്ക് കേരളം നയിക്കപ്പെട്ടത് ഇങ്ങനെയാണ്.

ഇരുപതാം നൂറ്റാണ്ടിലെ കേരളം തിളച്ചുമറിയുന്ന ഒരു പാത്രം പോലെയായിരുന്നു. രാഷ്ട്രീയമുന്നേറ്റങ്ങളും പോരാട്ടങ്ങളും കേരളീയ ജീവിതത്തിന്റെ സ്വാഭാവികമായ അവസ്ഥയായി മാറി. പഴമയുടെ കാവൽക്കാരായ നാടുവാഴി-ഭൂപ്രഭുവർഗ്ഗത്തിനെതിരെ മാനസികവും ഭൗതികവുമായ പോരാട്ടങ്ങളുണ്ടായി. ഇത് കേരളീയരുടെ ഭൗതിക ജീവി തത്തെ മാത്രമല്ല, മാനസിക ജീവിതത്തെയും മാറ്റിമറിച്ചു. കവിതയിലും (സാമാന്യമായി സാഹിത്യത്തിലും) ചിന്തയിലും രാഷ്ട്രീയ പ്രവർത്തന ത്തിലുമെല്ലാം ഈ മാറ്റം പ്രകടമായിരുന്നു.

ഈ പരിവർത്തനങ്ങൾക്ക് രൂപം നല്കിയവരെയാണ് 'നവകേരള ശില്പികൾ' എന്ന പരമ്പരയിലൂടെ ചിന്ത പരിചയപ്പെടുത്തുന്നത്. നമ്മുടെ അറിവും ഉറവും നിർണ്ണയിക്കുന്നതിൽ നവകേരളശില്പികൾ വലിയ പങ്കു വഹിച്ചു. അവരുടെ ചരിത്രം അറിയുന്നത് കേരളീയ ജീവിതം മുന്നോട്ടു കൊണ്ടുപോവുന്നതിനുള്ള ഒരു മുന്നുപാധിയാണ്. നവകേരളശില്പികൾ എന്ന പരമ്പരയിലെ ഓരോ പുസ്തകവും ഈ ദൗത്യം നിർവ്വഹിക്കു ന്നുണ്ട്.

ശ്രീ. പ്രദീപ് പനങ്ങാടാണ് ഈ പരമ്പരയുടെ എഡിറ്റർ. അദ്ദേഹ ത്തിനും പരമ്പരയിലേക്ക് പുസ്തകങ്ങൾ തയ്യാറാക്കുന്ന എഴു ത്തുകാർക്കും ചിന്ത പബ്ലിഷേഴ്സ് കൃതജ്ഞത അറിയിക്കുന്നു.

ചിന്ത പബ്ലിഷേഴ്സ്

രാജാരവിവർമ്മ
ചരിത്രത്തിന്റെ വർണ്ണപഥങ്ങൾ

കാലത്തോട് വിട പറഞ്ഞിട്ട് ഒരു നൂറ്റാണ്ടു കഴിഞ്ഞിട്ടും രാജാരവി വർമ്മയുടെ കലാലോകത്തെക്കുറിച്ചുള്ള ചർച്ചകളും നിരീക്ഷണങ്ങളും പഠനങ്ങളും ഇപ്പോഴും തുടരുകയാണ്. വിഭിന്നമായ രാഷ്ട്രീയ സാമൂ ഹിക സാംസ്കാരിക പരിസരങ്ങളിൽ നിന്നുകൊണ്ടും, വ്യത്യസ്തമായ കലാസങ്കല്പങ്ങളുടെ വെളിച്ചത്തിലുമാണ് രവിവർമ്മച്ചിത്രങ്ങളെ വില യിരുത്തിക്കൊണ്ടിരിക്കുന്നത്. പത്തൊമ്പതാം നൂറ്റാണ്ടിന്റെ മദ്ധ്യകാല ത്തിൽ (1848) തുടങ്ങി ഇരുപതാം നൂറ്റാണ്ടിന്റെ ആദ്യപാദങ്ങൾ (1906) വരെ നീണ്ട ആ കലാജീവിതത്തെക്കുറിച്ച് ഇപ്പോഴും ചിന്തിക്കുന്നത്, അതിന്റെ സവിശേഷമായ ചരിത്രപ്രസക്തി കൊണ്ടാണ്.

ദേശീയ പ്രസ്ഥാനത്തിന്റെ പ്രഭാതരശ്മികൾ വ്യാപിക്കുന്ന കാല ഘട്ടത്തിലാണ് രവിവർമ്മ ചിത്രമെഴുത്തിലേക്ക് എത്തുന്നത്. കൊള്ളോ ണിയൽ ആധിപത്യത്തിന്റെ കീഴിൽ വളർച്ച പ്രാപിച്ച കലാ-സാംസ്കാ രിക മുന്നേറ്റത്തിന്റെ വെളിച്ചത്തിലൂടെയാണ് രവിവർമ്മ സഞ്ചരിച്ചത്. അക്കാദമിക് റിയലിസത്തിന്റെ സൂക്ഷ്മവും വർഗ്ഗാത്മകവുമായ ആവി ഷ്കാരമാണ് രവിവർമ്മ നിർവ്വഹിച്ചത്. എണ്ണച്ഛായ കലാസങ്കേതത്തെ സമർത്ഥമായി ഉപയോഗപ്പെടുത്താനും, അതിന്റെ മാസ്റ്ററാവാനും ഈ ചിത്രകാരന് കഴിഞ്ഞു. യൂറോപ്യൻ ചിത്രകലാ സമ്പ്രദായത്തെ ഇന്ത്യ യിൽ സവിശേഷമായി പ്രയോഗിച്ച് വിജയിപ്പിക്കാൻ കഴിഞ്ഞു.

ഭാരതീയമായ വിഷയങ്ങളാണ് ചിത്രമെഴുത്തിന് രവിവർമ്മ തെര ഞ്ഞെടുത്തത്. ഇന്ത്യൻ മിത്തുകളിൽനിന്നും ഇതിഹാസങ്ങളിൽനിന്നും പുരാണങ്ങളിൽനിന്നുമുള്ള കഥാപാത്രങ്ങളെയും കഥാസന്ദർഭങ്ങളെയും ആവിഷ്കരിച്ചു. അക്ഷരങ്ങളിൽ മയങ്ങിക്കിടന്ന കഥാപാത്രങ്ങളെ ഭാവ നയുടെ വിശാലലോകത്തിൽവെച്ച് ഭാരതീയ വേഷവിധാനങ്ങളും അല ങ്കാരങ്ങളും നല്കി അവതരിപ്പിച്ചു. ഹൈന്ദവ ആത്മീയ സംസ്കൃതി

പേറുന്ന ഇന്ത്യൻ മനസ്സുകളിൽ ആ ചിത്രങ്ങൾക്ക് ഏറെ സ്വീകാര്യത കിട്ടി. ആധുനിക കലാസങ്കേതങ്ങളും പാരമ്പര്യസാംസ്കാരിക സമീക്ഷ കളും ഇങ്ങനെ സമന്വയിപ്പിച്ചു. രവിവർമ്മ ഇന്ത്യയിലെ ചിത്രകലയിലെ രാജാവായി മാറി.

രവിവർമ്മയുടെ ചിത്രകലാലോകം നിശിതമായ വിമർശനങ്ങൾക്കും വിധേയമായി. ആനന്ദകുമാരസ്വാമി, ഇ ബി ഹാവേൽ തുടങ്ങിയ കലാ ചിന്തകർ വലിയ വിമർശനങ്ങളാണ് ഉന്നയിച്ചത്. ഇന്ത്യയിൽ വിവിധ കാല ത്തുണ്ടായ കലാപ്രസ്ഥാനങ്ങളും ചിത്രകലാസ്കൂളുകളും പോലും ആ കലാലോകത്തെ നിഷേധാത്മകമായിത്തന്നെ സമീപിച്ചു. പക്ഷേ; രവി വർമ്മ ചിത്രങ്ങളെക്കുറിച്ചുള്ള നിരവധി അക്കാദമിക് പഠനങ്ങളും പ്രബ ന്ധങ്ങളും ജീവചരിത്രങ്ങളും ഉണ്ടായി. ഇ എം ജെ വെണ്ണിയൂർ (*Ravivarma, Govt. of Kerala*), വിജയകുമാർ മേനോൻ (*രവിവർമ്മ, ലളിതകലാ അക്കാദമി*), കിളിമാനൂർ ചന്ദ്രൻ (*രവിവർമ്മയും ചിത്രകലയും*) തുടങ്ങിയവരുടെ ഗ്രന്ഥങ്ങൾ കേരളത്തിലുണ്ടായി. പ്രമുഖ കലാവിമർശ കരായ ആർ നന്ദകുമാർ, സുനിൽ പി ഇളയിടം എന്നിവരുടെ ശ്രദ്ധേയ പ്രബന്ധങ്ങൾ ആ കലാലോകത്തിലേക്കുള്ള സവിശേഷമായ നടപ്പാത കളാണ്. അവരുടെ നിരീക്ഷണങ്ങൾ ആധുനികവും ചരിത്രപരവുമാണ്. അശോക് മിത്ര, കൃഷ്ണ ചൈതന്യ, തപ്തി ഗുഹാ താക്കൂർത്ത തുട ങ്ങിയ കലാ ചരിത്രകാരന്മാരും രവിവർമ്മയുടെ കലാലോകത്തെക്കുറിച്ച് ആഴത്തിൽ പഠനങ്ങൾ നടത്തിയിട്ടുണ്ട്. രഞ്ജിത്ത് ദേശായിയുടെ നോവൽ, കേതൻ മേത്തയുടെ *രംഗ്‌രസിയ*, ലെനിൻ രാജേന്ദ്രന്റെ *മകര മഞ്ഞ്* എന്നീ ചലച്ചിത്രങ്ങൾ രവിവർമ്മയുടെ കലാജീവിതത്തിന്റെ സർഗ്ഗാ ത്മക ആവിഷ്കാരങ്ങളാണ്.

കേരളത്തിൽ നവോത്ഥാനത്തിന്റെ സംക്രമണകാലം തുടങ്ങുമ്പോൾ രവിവർമ്മ ചിത്രകലാലോകത്ത് സജീവമായിത്തന്നെ തുടർന്നിരുന്നു. ഇന്ത്യൻ കലാചരിത്രത്തിൽ മലയാളിയുടെ സാന്നിധ്യം ആദ്യമായി വരച്ചു ചേർത്തത് രവിവർമ്മയാണ്. രാജാരവിവർമ്മയുടെ ചിത്രങ്ങളെ സംരക്ഷി ക്കാനും ആ പാരമ്പര്യത്തിന്റെ ഊർജ പ്രവാഹത്തെ സംരക്ഷിക്കാനും കേരളത്തിന് കഴിഞ്ഞിട്ടുണ്ട്. ചിത്രകാരൻ കൂടിയായ കാരയ്ക്കാമണ്ഡപം വിജയകുമാർ രവിവർമ്മയുടെ വിശാലമായ ചിത്രകലാജീവിതത്തെ സമ ഗ്രമായി പരിശോധിക്കാനും അവതരിപ്പിക്കാനും ശ്രമിക്കുന്നു. രവിവർമ്മ യെക്കുറിച്ചുള്ള ശരിയായ ഒരു അക്കാദമിക് പഠനത്തിന്റെ സവിശേഷ സാന്നിധ്യം ഈ ഗ്രന്ഥത്തിലുണ്ട്. പുനർവായനകൾക്കും നിരീക്ഷണ ങ്ങൾക്കും വീണ്ടും വിധേയമായിക്കൊണ്ടിരിക്കുന്ന രവിവർമ്മയുടെ ചിത്ര കലാ ലോകത്തേക്ക് മലയാളികൾക്ക് എത്തിച്ചേരാനുള്ള വഴിയും വെളി ച്ചവുമാണ് നവകേരളശില്പികൾ ജീവചരിത്രപരമ്പരയിലെ ഈ പുസ്തകം.

പ്രദീപ് പനങ്ങാട്
എഡിറ്റർ
നവകേരളശില്പികൾ
ജീവചരിത്ര പരമ്പര

ആമുഖം

ആധുനിക ഭാരതീയ ചിത്രകലയിൽ പ്രഥമഗണനീയനായ രാജാ രവിവർമ്മയുടെ കല ഒരു നൂറ്റാണ്ടിലധികമായി ആസ്വാദകർ അഭിമാന പൂർവ്വം നെഞ്ചേറ്റുകയും ചർച്ച ചെയ്യപ്പെടുകയും ചെയ്തുവരുന്നു. ആചാ രാനുഷ്ഠാനങ്ങളുമായി ബന്ധപ്പെട്ടുള്ള ചിത്രരചനയും ശില്പരൂപനിർമ്മാ ണങ്ങളുമാണ് ചിത്രകാരന്റെ ധർമ്മമെന്ന കാഴ്ചപ്പാട് പൂർണ്ണമായും വിട്ടു മാറാത്ത കാലത്താണ് സ്വതന്ത്രമായി, നമ്മുടെ സംസ്കാരത്തനിമയി ലൂന്നി നിന്ന്, വൈവിധ്യമാർന്ന വിഷയങ്ങളിലൂടെ സഞ്ചരിച്ചുകൊണ്ട് ശൈലീകൃതമായ ഒരു ചിത്രഭാഷ രവിവർമ്മ സ്വരൂപിച്ചത്. ചിത്രകാരന് സമൂഹത്തിൽ അർഹിക്കുന്ന മാന്യമായ സ്ഥാനം ലഭിക്കുവാനും ചിത്ര കല സാമാന്യജനങ്ങൾക്കിടയിലേക്കു എത്തിക്കുവാനും അവസരമൊ രുക്കിയതിന്റെ പ്രഭാവം എക്കാലവും രവിവർമ്മയ്ക്കവകാശപ്പെട്ടതാണ്. ചിത്രകലയുടെ രചനാ ശൈലീസങ്കേതകങ്ങളിലെ പ്രത്യേകതയായ നിഴ ലിനും വെളിച്ചത്തിനും തിളക്കം നല്കുക മാത്രമല്ല പ്രസാദാത്മകമായി അവതരിപ്പിക്കുന്നതിലും രവിവർമ്മയുടെ സ്ഥാനം വിശ്വോത്തരരായ കലാ കാരന്മാരോടൊപ്പം ഇഴചേർന്നുനില്ക്കുന്നു.

വർണ്ണാഭമായ നിറച്ചാർത്തിനൊപ്പം പ്രതിസന്ധി മുഹൂർത്തങ്ങളും നിറഞ്ഞ രവിവർമ്മയുടെ കലയും ജീവിതവും അടുത്തറിയുന്ന ഗ്രന്ഥ ങ്ങൾ പലതും പ്രസിദ്ധീകരിക്കപ്പെട്ടിട്ടുണ്ട്— വരും തലമുറയ്ക്ക് പ്രയോ ജനകരമാംവിധം. കേരള ഭാഷാ ഇൻസ്റ്റിറ്റ്യൂട്ട് അറിവ് നിറവ് പുസ്തകപ രമ്പരയിലേക്ക് രാജാരവിവർമ്മയെ കുറിച്ചുള്ള ലഘുഗ്രന്ഥം ഈ ലേഖ കനും തയ്യാറാക്കിയിരുന്നു. അതിൽനിന്ന് വ്യത്യസ്തമായി രവിവർമ്മ

യുടെ കലയിലും ജീവിതത്തിലും ലഭ്യമായ പരമാവധി രേഖകളിലൂടെ സഞ്ചരിച്ചുകൊണ്ടാണ് അദ്ദേഹത്തിന്റെ ജീവിതചിത്രം ഇവിടെ വായന ക്കാർക്ക് മുമ്പിൽ സമർപ്പിക്കുന്നത്. ചിത്ര-ശില്പകലാഗ്രന്ഥങ്ങൾ പ്രസി ദ്ധീകരിക്കുന്നതിൽ മുന്തിയ പരിഗണന നല്കുന്ന ചിന്ത പബ്ലിഷേഴ്സ് പ്രസിദ്ധീകരണ സമിതിക്കും മാനേജർ ശ്രീ വി കെ ജോസഫ്, ഗ്രന്ഥാ വലി എഡിറ്റർ ശ്രീ പ്രദീപ് പനങ്ങാട് എന്നിവർക്കും നന്ദിരേഖപ്പെടുത്തുന്നു.

കാരയ്ക്കാമണ്ഡപം വിജയകുമാർ

1

കലയും ജീവിതവും

ആധുനിക ഭാരതീയ ചിത്രകലയുടെ ഉപജ്ഞാതാക്കളിൽ പ്രമു ഖനായി ചരിത്രത്തിലിടം നേടിയ ചിത്രകാരനാണ് രാജാരവിവർമ്മ. എണ്ണ ച്ചായരചനയിൽ പാശ്ചാത്യരചനാശൈലി സ്വീകരിക്കുകയും ഒപ്പം ഭാര തീയ സംസ്കാരത്തിന്റെയും പാരമ്പര്യത്തിന്റെയും ശക്തി ആവാഹിച്ചു കൊണ്ടുള്ള രചനകൾ നടത്തുകയും ചെയ്ത വിശ്വോത്തര കലാകാര നായിരുന്നു അദ്ദേഹം. വിദേശാധിപത്യത്തിലധിഷ്ഠിതമായ അക്കാലത്ത് ഭാരതത്തിലെ കലാരംഗം പാശ്ചാത്യസ്വാധീനത്താൽ സജീവമായിരുന്നു. ഈ കാലഘട്ടത്തിലാണ് രാജാരവിവർമ്മയുടെ പ്രസക്തി ഏറുന്നത്. യൂറോപ്യൻ അക്കാദമിക് റിയലിസ്റ്റിക് (യഥാതഥമായ) എണ്ണച്ചായ ചിത്രങ്ങളുടെ ആവിഷ്ക്കാരത്തിൽ ലോകമെമ്പാടും പ്രശസ്തിനാർജ്ജിച്ച രാജാ രവിവർമ്മയുടെ രചനകൾ എക്കാലവും രൂപവർണ്ണപ്രത്യേകതക ള്ളാൽ *ശ്രദ്ധേയമായിരുന്നു*. ചിത്രതലത്തിൽ രൂപങ്ങളുടെ സ്ഥാനം, നിറ ങ്ങളുടെ ലയനരീതി, പെസ്പെക്ടീവ് സിദ്ധാന്തം (Perspective theory), നിഴലും വെളിച്ചത്തിന്റെയും അവതരണം, യഥാതഥമായ രൂപനിർമ്മി തിയും പ്രയോഗരീതിയും എന്നിവകൊണ്ട് രവിവർമ്മചിത്രങ്ങൾ എക്കാ ലവും വേറിട്ട അനുഭവങ്ങളായി മികച്ചുനിന്നു– ഛായാചിത്രരചനയിലും പുരാണേതിഹാസ-വിഷയചിത്രരചനയിലും പ്രകൃതിദൃശ്യരചനയിലും.

രാജാരവിവർമ്മയുടെ കലയെയും ജീവിതത്തെയും കുറിച്ചന്വേഷി ക്കുമ്പോൾ ഭാരതീയ ചിത്രശില്പകലയുടെ പശ്ചാത്തലം കൂടി ഓർക്കു ന്നത് നന്നായിരിക്കും. പുരാതനഭാരതീയ ചിത്രശില്പകലകളിൽ മതപ രമായ വിഷയങ്ങളുമായി ബന്ധപ്പെട്ട ചിത്രങ്ങളാണ് ഉണ്ടായിരുന്നത്. നവീന ശിലായുഗത്തിൽ വാസ്തുശില്പകല, ലോഹങ്ങളിലുള്ള കൊത്തു പണികൾ, പാത്രങ്ങൾ ഇവയ്ക്കായിരുന്നു പ്രാധാന്യം. സിന്ധുനദീതട

സംസ്കാരത്തിലെ ചിത്ര
ശില്പകലകൾക്ക് നേട്ടം
അവകാശപ്പെടാനാവുന്നത്
മൗര്യകാലത്തായിരുന്നു.
മൗര്യകാലത്തെ വാസ്തുശി
ല്പകലാമേന്മയെക്കുറി
ച്ചുള്ള കുറിപ്പുകൾ ചരിത്ര
ത്തിൽ രേഖപ്പെടുത്തിയിട്ടു
ണ്ട്. അജന്താ ശില്പങ്ങളും
ഒപ്പമുള്ള ചിത്രങ്ങളും
അക്കാലത്തെ കലയിലെ
പൂർണ്ണത വിളിച്ചറിയിക്കു
ന്നു. അതിനു ശേഷമുള്ള
ഗുപ്തകാലത്തോടെ ചിത്ര
ശില്പകലകൾ ഘട്ടം ഘട്ട
മായി അഭിവൃദ്ധി പ്രാപിക്കു
കയും ചിത്രകലയുടെ സു
വർണ്ണകാലഘട്ടമായി പില്
ക്കാലത്ത് അറിയപ്പെടുകയു
മുണ്ടായി. പിന്നീട് രജപുത്ര
രുടെ ഭരണകാലത്താണ്

രാജാരവിവർമ്മ

വാസ്തുശില്പകലക്ക് വീണ്ടും വളർച്ചയുണ്ടാകുന്നത്. ഖജരാഹോ ക്ഷേ
ത്രശില്പങ്ങളും, ജൈനക്ഷേത്രങ്ങളുമൊക്കെ ഉദാഹരണങ്ങളാണ്.
ജയ്പൂർ ശൈലിയും കാംഗ്രാ ശൈലിയുമൊക്കെ വികാസം പ്രാപിച്ച്
അക്കാലത്തെ ചിത്രകലാരംഗം സജീവമായിരുന്നു. ആ കാലഘട്ടത്തിൽ
ചിത്രകലയെ പ്രോത്സാഹിപ്പിക്കുകയും കലാകാരന്മാരെ ആദരിക്കുകയും
ചെയ്തുപോന്നു. ആദ്ധ്യാത്മികജീവിതം പ്രകടമാക്കിയുള്ള ചിത്രങ്ങളും
പേർഷ്യൻ ശൈലിയുടെ സ്വാധീനത്തോടെയുള്ള ചിത്രങ്ങളും മുഗൾക
ലയിൽ രൂപപ്പെടുകയുണ്ടായി. മുഗൾ രാജാക്കന്മാരിൽ പ്രമുഖനായ
അക്ബറുടെ കാലം ചിത്രകലയുടെ വസന്തകാലമായിരുന്നു. ഒരുതര
ത്തിൽ രജപുത്രരും മുഗളന്മാരും (ഇൻഡോ-പേർഷ്യൻ ശൈലി) ചിത്ര
കലയുടെ വളർച്ചയിൽ മുഖ്യ പങ്കുവഹിച്ചിരുന്നു. ഇക്കാലത്താണ് തെക്കെ
ഇന്ത്യയിൽ ചിത്രകലയിലും ശില്പകലയിലും വാസ്തുവിദ്യയിലും പ്രക
ടമായ വളർച്ചയുമുണ്ടാകുന്നതും പുതിയ കാഴ്ചപ്പാടോടെയുള്ള രചന
കൾ രൂപപ്പെടുന്നതും. രാഷ്ട്രകൂടർ, പല്ലവർ, ചോളന്മാർ, ചേരന്മാർ,
പാണ്ഡ്യന്മാർ എന്നിവർ അവരുടെ കാലഘട്ടങ്ങളിൽ ദ്രാവിഡശൈലിയി
ലുള്ള രചനകളാണ് നടത്തിവന്നത്— പ്രധാനമായും ചോളന്മാർ. തഞ്ചാ
വൂർ, ചിദംബരം എന്നീ സ്ഥലങ്ങളിലെ ക്ഷേത്രശില്പങ്ങളും ചിത്രങ്ങളും
എടുത്തുപറയാവുന്നവയാണ്. പ്രാദേശികമായ ചില ശൈലീസങ്കേത
ങ്ങളും ഇക്കാലയളവിൽ വളർന്നുവന്നിട്ടുള്ളതായി കാണാം. പ്രത്യേകിച്ച്
ഇന്നത്തെ കേരളമുൾപ്പെടുന്ന തെക്കെ ഇന്ത്യയിൽ ചുവർ ചിത്രങ്ങളിലൂ

ടെയാണ് കേരളീയ ചിത്രകലയ്ക്ക് വളർച്ചയുടെ പടവുകൾ പ്രകടമാ ക്കാനാകുന്നത്. പത്മനാഭസ്വാമിക്ഷേത്രം, ഏറ്റുമാനൂർ ക്ഷേത്രം, മട്ടാ ഞ്ചേരി കൊട്ടാരം, ഗുരുവായൂർ ക്ഷേത്രം, തൃശൂർ വടക്കുംനാഥക്ഷേത്രം എന്നിവിടങ്ങളിലെ പുരാണകഥാചിത്രങ്ങളും ക്രിസ്തീയ ദേവാലയങ്ങ ളിലെ ചുവർചിത്രങ്ങളുമടക്കം പ്രാചീന കേരളത്തിന്റെ ചിത്രകലയുടെ വളർച്ച ഇങ്ങനെ വ്യക്തമാക്കപ്പെടുന്നു.

പില്ക്കാലത്ത് മുഗൾ സാമ്രാജ്യത്തിന്റെ തകർച്ചയും തെക്കെ ഇന്ത്യ യിലെ നാട്ടുരാജ്യങ്ങളിലെ കെടുകാര്യസ്ഥതയും ഭരണത്തിലെന്നപോലെ കലാരംഗത്തും തകർച്ചയുണ്ടാവുകയും യൂറോപ്യൻ ചിത്രരചനാശൈ ലിയുടെ പകിട്ടിൽ നാട്ടുരാജാക്കന്മാർ ആകൃഷ്ടരാകുകയും അവയെ പ്രോത്സാഹിപ്പിക്കുകയും ചെയ്തു. ഈ കാലഘട്ടത്തിലാണ് രാജാരവി വർമ്മ ചിത്രകലാരംഗത്തേക്ക് കടന്നുവന്നത്.

നവോത്ഥാന കാലത്തെ ഇറ്റാലിയൻ ചിത്രങ്ങളുടെ പകർപ്പുകൾ കാണുകയും രചനാരീതി മനസ്സിലാക്കുകയും ചെയ്ത രവിവർമ്മ ഭാര തീയ ക്ലാസിക്കൽ പാരമ്പര്യത്തിന്റെ ഉൾക്കാഴ്ച പ്രകടമാക്കുന്ന ശൈലീ സങ്കേതങ്ങളുമായി ഇഴചേർന്നിരിക്കുന്നു എന്ന നിരൂപകരുടെ വീക്ഷണ ങ്ങളും തള്ളിക്കളയാനാവില്ല. സാമ്പത്തികമായി മുന്നോക്കം നില്ക്കുന്ന വർക്കു മാത്രം പ്രാപ്യമായ കലാസമ്പ്രദായങ്ങളെ സാമാന്യജനങ്ങളിലേ ക്കെത്തിച്ച് കല ജനകീയമാക്കാനുള്ള ശ്രമം കലാവിഷ്ക്കാരങ്ങളിലൂടെ നടത്തിയ ചിത്രകാരനായിരുന്നു രവിവർമ്മ. പാശ്ചാത്യ ചിത്രകാരന്മാരിൽ സജീവമായിരുന്ന ഛായാചിത്രരചനാ സങ്കേതം രവിവർമ്മ വരച്ചുതുടങ്ങു മ്പോൾ വൈവിധ്യമാർന്ന രചനാരീതികൊണ്ട് വേറിട്ട് നിന്നിരുന്നു. രൂപ നിർമ്മിതിയിലെ അവതരണത്തോടൊപ്പം നവീനവീക്ഷണത്തിന്റെയും ചിന്തയുടെയും കേന്ദ്രമാകാൻ രവിവർമ്മയ്ക്ക് കഴിഞ്ഞു. യഥാതഥമായ അവസ്ഥയിലൂടെ രൂപങ്ങളും വസ്തുക്കളും മറ്റ് ദൃശ്യങ്ങളും നിഴലും വെളിച്ചവും പകർന്ന് ദൃശ്യതലം ത്രിമാനതയോടെയാണ് അദ്ദേഹം ആവി ഷ്കരിച്ചത്. പാശ്ചാത്യ ചിത്രരചനാസങ്കേതം ഭാരതീയ ചിത്രകാരന്മാർ പൂർണ്ണമായി സ്വീകരിച്ചിരുന്ന ഇടത്തേക്കാണ് രവിവർമ്മ പാശ്ചാത്യരച നാസങ്കേതത്തിന്റെ ഉൾക്കരുത്ത് സ്വീകരിച്ചുകൊണ്ട് എണ്ണച്ചായ രചന യിൽ പുതിയൊരു കാഴ്ചയ്ക്ക് തുടക്കം കുറിച്ചത്. അനുഷ്ഠാനകലാരൂ പങ്ങളുടെയും പാരമ്പര്യ-നാടൻ കലാരൂപങ്ങളുടെയും ശക്തി സ്രോതസിൽ നിന്ന് സ്വാംശീകരിച്ചെടുത്ത രൂപവർണ്ണമേളനം രവിവർമ്മ യുടെ കലയ്ക്ക് പിൻബലമേകി. നാടൻ കലകളിലെ മുഖത്തെഴുത്ത്, ചമയങ്ങൾ, അലങ്കാരങ്ങൾ, ധൂളീചിത്രങ്ങൾ (സർപ്പക്കളം) ചുവർചിത്ര ങ്ങൾ ഇവയിലൊക്കെ പ്രകടമാകുന്ന നിറപ്രയോഗങ്ങളുടെ ചാരുത രവി വർമ്മചിത്രങ്ങളിലും സ്വാധീനിച്ചിട്ടുണ്ട് ചെറിയൊരളവിൽ മാത്രം. സുകു മാരകലകളായ സാഹിത്യം, സംഗീതം, നൃത്തനൃത്യങ്ങൾ എന്നിവയിലും ലളിതകലകളായ ചിത്ര-ശില്പകലകളിലുമൊക്കെ രവിവർമ്മയുടെ മുൻത ലമുറ നമ്മുടെ പാരമ്പര്യത്തിന്റെയും സംസ്കാരത്തിന്റെയും ഉൾത്തുടി

പ്പുകളിലൂടെയാണ് രചന നടത്തിവന്നതും പിന്നീടവയ്ക്ക് രൂപപരിണാമ ങ്ങൾ സംഭവിക്കുന്നതും. രാജാരവിവർമ്മയും അവരിലൊരാളായിട്ടാണ് ചിത്രകലാരംഗത്തേക്ക് കടന്നുവരുന്നത്. അനുഷ്ഠാന നാടൻ കലാരൂപ ങ്ങളിലൂടെ സംസ്കാരത്തിന്റെയും പാരമ്പര്യത്തിന്റെയും ചില മുദ്രകൾ, അവയുടെ അലങ്കാരപ്പൊലിമകൾ, അംഗചലനങ്ങൾ ഇവയുമൊക്കെ രാജാ രവിവർമ്മ അപഗ്രഥിച്ചിരുന്നതായി കാണാം. പ്രാദേശികമായി രൂപപ്പെട്ടി ട്ടുള്ള കലാശൈലികളും രവിവർമ്മയുടെ കലയിൽ ഇഴചേർന്നിരിക്കുന്നു.

എന്തായിരുന്നു രാജാരവിവർമ്മയുടെ കലയും ജീവിതവും? കുടുംബ പശ്ചാത്തലത്തിലൂടെ, ഘട്ടംഘട്ടമായ വികാസപരിണാമങ്ങളിലൂടെ അദ്ദേ ഹത്തിന്റെ കലയെയും ജീവിതത്തെയും അടുത്തറിയാം. വടക്കൻ കേര ളത്തിലെ അതിപുരാതനമായ പരപ്പനാട്ട് രാജവംശത്തിന്റെ ശാഖയായ ബേപ്പൂർ സ്വരൂപത്തിൽ നിന്ന് വഴിപിരിഞ്ഞവർ തട്ടാരി കോവിലകം എന്ന റിയപ്പെട്ടു. തട്ടാരികോവിലകത്തുനിന്ന് തിരുവിതാംകൂറിലേക്ക് ദത്തെടുക്കുക പതിവായിരുന്നു. അങ്ങനെ ദത്തെടുക്കപ്പെട്ട ഉണ്ണികേരളവർമ്മ സഹോദരിയും പിതാവിനോടും മാതാവിനോടുമൊപ്പം തിരുവിതാംകൂറിലേക്ക് പോന്നു. കിളിമാനൂരിൽ പണികഴിപ്പിച്ച കോവിലകത്ത് അവർ താമസമാക്കുകയും വേണാടിനുവേണ്ടി സ്വജീവിതം സമർപ്പിക്കുകയും ചെയ്തു. ആ കുടുംബ ത്തിലെ പ്രധാനാംഗങ്ങളായിരുന്നു കേരളവർമ്മയും രവിവർമ്മയും. വേണാടിനു വേണ്ടിയുള്ള അവരുടെ ജീവത്യാഗത്തിന്റെ സ്മരണക്കായി 1753 ൽ മാർത്താണ്ഡവർമ്മ മഹാരാജാവ് തിരുവനന്തപുരത്തുനിന്ന് നാല്പതു കിലോമീറ്റർ വടക്കുമാറി ഫലഭൂയിഷ്ഠമായ ഭൂപ്രദേശം കരമൊഴിവായി പതിച്ചുനല്കി. മാർത്താണ്ഡവർമ്മ മഹാരാജാവ് പുറത്തിറക്കിയ ഉത്തര വിന്റെ പകർപ്പ് ചേർക്കുന്നു. ഈ ഉത്തരവ് വായിക്കുമ്പോൾ അക്കാലത്തെ ഭാഷയുടെ പ്രത്യേകതയും ശൈലിയും മനസ്സിലാക്കാൻ കൂടി സഹായിക്കും.

ശ്രീപാദത്തു കൂട്ടുപാർക്കുന്ന നെടിയിരിപ്പ് വേപ്പൂർ തട്ടാരി കോവി ലകത്തു കേരളവർമ്മരായ മുത്തകോവിൽ പണ്ടാരം കണ്ട് കോവി ലിന്റെ ജ്യേഷ്ഠൻ രവിവർമ്മ കോവിൽ പണ്ടാരം തൊള്ളായിരത്തി മൂന്ന് വൃശ്ചികമാസത്തിൽ കാർത്തികയും പൂർണ്ണവാവും അന്ന് നട്ടുച്ചനേരത്ത് ജീവനെ ഉപേക്ഷിച്ച് കാർത്തികതിരുനാൾ പണ്ടാ രത്തിലേക്കും ചെയ്തിരിക്കുന്ന ഉചിതം വിചാരിച്ച് കണ്ടാറെയും 914 മാണ്ട് മകരമാസം 18 ന് കിളിമാനൂർ കോട്ടയ്ക്ക് നേർക്ക് ചടപട വെടിയും വച്ച ഇലന്തപ്പട കേറി കോട്ടപിടിച്ച കിളിമാനൂരും നഗരൂരും അഴിക്കയിൽ കോവിൽ നെടുമങ്ങാടും നെയ്യാറ്റിൻകരയും ചെന്നി രുന്നു. കരക്കാരെയും പടയും ശേഖരിച്ചും വാമനപുരത്തെത്തി നമ്മോടൊന്നിച്ച് പാളയം ഇറങ്ങിയിരിക്കുന്നേടത്തുവന്ന് അന്നു ചെയ്ത ഉചിതം വിചാരിച്ചു കണ്ടാറെയും നമ്മുടെ സ്വരൂപവും കോവിലിന്റെ രൂപവും ഒന്നതന്നെ എന്നു നമുക്കിപ്പോൾ തോന്നി യിരിക്കുന്നു. കോവിലിനും കോവിലിന്റെ ശേഷക്കാർക്കും എന്തു തന്നെ വന്നാലും നമുക്കു തൃപ്തി വരുന്നതല്ലാഴികകൊണ്ടും

കോവിലിനും ഇപ്പോൾ കിളിമാനൂർ കുഞ്ചുകോയിക്കൽപാർക്കുന്ന കോവിലിന്റെ സ്വരൂപത്തിൽ കുഞ്ഞ് ആബാലവൃദ്ധം ഒന്നുള്ളിട ത്തോളവും 915 -ാമാണ്ട് കണ്ടെഴുതിയ ചിറയിൻകീഴ് മണ്ഡമത്തും വാതിൽക്കൽ കിളിമാനൂർ അധികാരം ഉള്ളിട്ട നാളതുവരെ നാം അനു ഭവിച്ചു വരുന്ന വസ്തുകൃത്യങ്ങൾ ഏപ്പെർപ്പെട്ടതും ഇന്നാളാൽ നാം ഒഴിഞ്ഞുതന്നിരിക്കുക കൊണ്ട് ഇതിൻമണ്ണെമൊത്ത് വസ്തുകൃത്യ ങ്ങൾ കോവിലും കോവിലിന്റെ ശേഷക്കാരരും ആ ചന്ദ്രകാലമേ സന്തതിപ്രകാരമേ അനുഭവിച്ചു നടന്നുകൊള്ളുമാറും ഇതുകൂ ടാതെ കോവിലിനും കോവിലിന്റെ സ്വരൂപത്തിനും ദുഃഖം വരുന്ന കാലങ്ങളിൽ ഈ എഴുത്തുകണ്ട് നമ്മുടെ ശേഷക്കാരരിൽ ഉള്ള ആളുകൾ പ്രത്യേകമായിട്ട് വിചാരിച്ച് രക്ഷിച്ചുകൊള്ളുകയും വേണം; എന്നും ഇപ്പടിക്ക് 928-ാമാണ്ട് ചിങ്ങമാസം 12 ന് തിരു വുള്ളത്തിൽ പടി നിനവെഴുതിയ മേലെഴുത്തു കണക്കു താണു മാലയ പെരുമാൾ ചോണാചലം എഴുത്ത്.

വിശാലമായ പാടവും തോടും തെങ്ങും കവുങ്ങും മരങ്ങളും നിറഞ്ഞ പ്രകൃതിസൗന്ദര്യം തുളുമ്പുന്ന കിളിമാനൂർ ഗ്രാമം. ഗ്രാമഭംഗിയും വാസ്തുവിദ്യയുടെ അഴകും ഒത്തുചേർന്നതാണ് അവിടെ പണികഴിപ്പിച്ച കൊട്ടാരം. ഇരുപതിനായിരം ചതുരശ്രകിലോമീറ്റർ ചുറ്റളവിലുള്ള കൊട്ടാ രവും കുടുംബവും അങ്ങനെ തിരുവിതാംകൂറിന്റെ ഭാഗമായി.

കിളിമാനൂർ കോവിലകത്തുള്ളവർ ആദ്യകാലം മുതൽ സാഹിത്യം, സംഗീതം, കഥകളി, ജ്യോതിശാസ്ത്രം, തർക്കം, വ്യാകരണം എന്നീ വിഷയങ്ങളിൽ തല്പരരും കലാപ്രവർത്തനങ്ങൾക്ക് സമയം കണ്ടെത്തു ന്നവരുമായിരുന്നു. ഈ വിഷയങ്ങളൊക്കെ പ്രതിപാദിക്കപ്പെടുന്ന ഗ്രന്ഥങ്ങൾ അടങ്ങിയ ഒരു ഗ്രന്ഥപ്പുരയും അവിടെയുണ്ടായിരുന്നു. ശ്രീനാ രായണഗുരുവും കുമാരനാശാനും അവിടെയെത്തി സാഹിത്യ-വേദാന്ത ചർച്ചകളിൽ പങ്കെടുത്തതായും ചരിത്രരേഖകൾ സൂചിപ്പിക്കുന്നു.

കിളിമാനൂർ കൊട്ടാരം

2

നിറങ്ങളുടെ രാജകുമാരൻ

അണിമംഗലത്ത് നമ്പൂതിരിയുടെ പത്നി രോഹിണി തിരുനാൾ തമ്പുരാട്ടി ചിത്രകലയിൽ തല്പരയായിരുന്നു. ഇവരുടെ ഇളയപുത്രിയായ മകയിരം തിരുനാൾ ഉമാംബഭായി തമ്പുരാട്ടി അമ്മയേക്കാളേറെ ചിത്ര കലയിൽ പ്രാവീണ്യം പ്രകടിപ്പിച്ചിരുന്നതോടൊപ്പം സംഗീതത്തിലും കാവ്യരചനയിലും താല്പര്യം കാണിച്ചിരുന്നു. *പാർവ്വതീ സ്വയംവരം ഓട്ടൻതുള്ളലടക്കം* നിരവധി കീർത്തനങ്ങൾ ഇവർ രചിച്ചിട്ടുണ്ട്. ബാല ചികിത്സയിലും നേത്രചികിത്സയിലും തമ്പുരാട്ടി പ്രശസ്തയായിരുന്നു. കുന്നത്തുനാട്ടിൽ എഴുമാവ് ഇല്ലത്തെ നീലകണ്ഠൻ ഭട്ടതിരിപ്പാടായിരുന്നു ഉമാംബഭായി തമ്പുരാട്ടിയെ വിവാഹം കഴിച്ചത്. വേദ-സംസ്കൃത-ജ്യോ തിഷ പണ്ഡിതനായിരുന്ന നീലകണ്ഠൻ ഭട്ടതിരിപ്പാടിന്റെയും ഉമാംബ ഭായി തമ്പുരാട്ടിയുടെയും മൂത്ത പുത്രനാണ് 1848 ഏപ്രിൽ 29 ന് ജനിച്ച രവിവർമ്മ. വിവാഹശേഷം വളരെക്കാലം കുട്ടികളില്ലാതിരുന്ന ദമ്പതി കൾക്ക് കാത്തിരുന്ന് ലഭിച്ച ആദ്യത്തെ ഉണ്ണിയായിരുന്നു രവിവർമ്മ.

സംഗീതസാന്ദ്രമായ അന്തരീക്ഷത്തിൽ ജനിച്ചുവീണ രവിവർമ്മക്ക് വർണ്ണങ്ങളോടായിരുന്നു തുടക്കത്തിലേ ഇഷ്ടം. നിറപ്പകിട്ടുള്ള വസ്തു ക്കളിലേക്കുള്ള കാഴ്ചയും, സംഗീതവും താരാട്ടും കേൾക്കുമ്പോഴുള്ള ശ്രദ്ധയും ആദ്യമാദ്യം ശ്രദ്ധിച്ചിരുന്നില്ല. പിന്നീടാണ് കുട്ടി ഇത്തരം കാര്യ ങ്ങളിൽ ശ്രദ്ധവയ്ക്കുന്നത് കുടുംബാംഗങ്ങൾ കണ്ടെത്തിയത്. മുത്തശ്ശി വരച്ച ചിത്രങ്ങളും അമ്മയുടെ സംഗീതാനുഭവങ്ങളും പിതാവിൽ നിന്നുള്ള ഭാരതീയ തത്ത്വശാസ്ത്രചിന്തകളും കണ്ടും കേട്ടും വളർന്ന രവിവർമ്മയുടെ മനസ്സിൽ പുതിയൊരു കലാനുഭവം രൂപം കൊണ്ടിരി ക്കാം.അഞ്ചാം വയസ്സിൽ രവിവർമ്മയ്ക്ക് കൊട്ടാരത്തിൽ തന്നെ വിദ്യാ ഭ്യാസം തുടങ്ങി. അന്ന് പ്രാഥമിക വിദ്യാഭ്യാസം മലയാളത്തിലായിരു

രാജരാജവർമ്മ

നില്ല, പകരം സംസ് കൃതത്തിലായിരുന്നു. മൂന്നുവർഷം കൊണ്ട് മലയാളം/ സംസ് കൃതം ഇവ ഭംഗിയായി എഴുതാനും വായിക്കാനും പഠിച്ചു. പിന്നീട് സംസ് കൃതത്തിലായി മുഖ്യ പഠനം. *സിദ്ധരൂപം, ബാലപ്രബോധനം, ശ്രീരാമോദന്തം* തുടങ്ങിയ സംസ്കൃതഗ്ര ന്ഥങ്ങൾ രവിവർമ്മ പഠിച്ചുതുടങ്ങി. ഓരോ വിഷയത്തിലും മിടുക്ക രായ പണ്ഡിതശ്രേഷ്ഠ ന്മാർ രവിവർമ്മയുടെ പഠനത്തിൽ പ്രത്യേകം ശ്രദ്ധിച്ചിരുന്നു, ഒപ്പം മാതാപിതാക്കളും. സംസ്കൃതപഠനത്തി ലൂടെ പുരാണകഥകളി ലൂടെ പുതിയൊരു കാഴ്ചയായിരുന്നു രവി വർമ്മയുടെ മനസ്സിൽ തെളിഞ്ഞിരിക്കുക.

പുരാണകഥകളുടെ മായികലോകത്തിലേക്കും കഥാപാത്രങ്ങളുടെ രൂപഭാവങ്ങളിലേക്കും രവിവർമ്മയുടെ ഭാവന പുനർജ്ജനിക്കുകവഴി *രാമായണം, ഭാഗവതം* തുടങ്ങിയവ ഹൃദിസ്ഥമാക്കുവാനും അവ നന്നായി പാരായണം ചെയ്യുവാനും രവിവർമ്മയ്ക്കു കഴിഞ്ഞു. മാതാവിന്റെ ആഗ്രഹം മകൻ കലാകാരനായിത്തീരണമെന്നായിരുന്നു. കലാകാരികൂ ടിയായ മാതാവ് മകന്റെ കഴിവുകൾ കണ്ടറിഞ്ഞ് പ്രോത്സാഹിപ്പിക്കുവാൻ പ്രത്യേകം താല്പര്യം കാട്ടി. പണ്ഡിതനായ നീലകണ്ഠൻ ഭട്ടതിരിപ്പാട് മകൻ മഹാപണ്ഡിതനും കവിയുമാകണമെന്നുമായിരുന്നു ആഗ്രഹിച്ചത്.

പുരാണകഥകളിൽ ശ്രദ്ധേയനായ രവിവർമ്മ മാതാവിൽനിന്ന് കേട്ടക ഥകൾക്ക് ചിത്രരൂപം നല്കാൻ മിക്കപ്പോഴും ശ്രമിച്ചിരുന്നു. നിറമുള്ള കല്ലുകളും കരിക്കട്ടയും കൊണ്ട് കൊട്ടാരത്തിന്റെ ഒഴിഞ്ഞ മൂലകളിൽ ചിത്രങ്ങൾ വരച്ചുവയ്ക്കും. കേട്ട കഥകളിൽ നിന്നും കാണുന്ന കാഴ്ച കളിൽ നിന്നും ഒപ്പിയെടുത്ത രൂപങ്ങൾ നിമിഷം കൊണ്ട് ഭിത്തികളിൽ ചിത്രങ്ങളാവും. പ്രകൃതിയിൽ കാണുന്ന വൃക്ഷലതാദികളും മനുഷ്യ-

മൃഗരൂപങ്ങളും പുരാണകഥകളിൽ നിന്ന് മനസ്സിൽ പതിഞ്ഞ രൂപങ്ങളും ഭിത്തിയിൽ വരച്ചിടുമായിരുന്നു. പുരാണകഥകളിലെ ശ്രീകൃഷ്ണന്റെയും മഹാവിഷ്ണുവിന്റെയുമൊക്കെ രൂപങ്ങൾ കരിക്കട്ടയിലൂടെ ചിത്രരൂപങ്ങളായി. ഇടയ്ക്കിടെ കൊട്ടാരം സേവകർ ചുവർ വൃത്തിയാക്കുമെങ്കിലും രവിവർമ്മ വീണ്ടും വരച്ചുവയ്ക്കും.

നല്ലൊരു ചിത്രകാരനും കിളിമാനൂർ കൊട്ടാരത്തിലെ വലിയ തമ്പുരാനുമായ രാജരാജവർമ്മയായിരുന്നു രവിവർമ്മയുടെ അമ്മാവൻ. കൊട്ടാരത്തിലെ പിൻപുറത്തെ ഭിത്തിയിൽ കരിക്കട്ടയിൽ കോറിയിട്ട ചിത്രങ്ങളുടെ അടയാളങ്ങൾ കാണാനിടയായ അദ്ദേഹം അന്വേഷിച്ചു--
"ഇതൊക്കെ വരച്ചതാരാണ്?"

"ക്ഷമിക്കണം തിരുമേനി കൊച്ചുതമ്പുരാനാണ് ഇതൊക്കെ വരച്ചത്. പലവട്ടം ഞങ്ങൾ വരയ്ക്കരുതെന്ന് പറയുകയും ചുവരൊക്കെ വൃത്തിയാക്കുകയും ചെയ്തതാണ്. വീണ്ടും ഇതുതന്നെ വേല. വൃത്തിയാക്കിയതിന്റെ അടയാളങ്ങളാണിത്. ഞങ്ങൾ ഒന്നുകൂടി വൃത്തിയാക്കാം."

"ശരി ഇനി അവൻ വരയ്ക്കുന്നത് തുടച്ചുകളയുന്നതിന് മുമ്പ് എന്നെ അറിയിക്കണം."

കൊച്ചുതമ്പുരാന് ശിക്ഷ ലഭിക്കുമല്ലോ എന്ന വിഷമമാണ് സേവകർക്കുണ്ടായത്. അതിലൊരാൾ രവിവർമ്മയെ കണ്ട് വിവരം ധരിപ്പിക്കുകയും ചെയ്തു.

"കുഞ്ഞേ ഇനി ചുവരിൽ വരയ്ക്കരുതേ. തമ്പുരാൻ തിരുമനസ്സ് കോപിച്ചിരിക്കുകയാണ്. ഇനി വരച്ചാൽ അപ്പോൾത്തന്നെ തിരുമനസ്സിനെ അറിയിക്കാനാണ് കല്പന. നല്ല ശിക്ഷയും കിട്ടും."

രവിവർമ്മ തല കുലുക്കി സമ്മതിച്ചു.

കുറച്ചു ദിവസം കഴിഞ്ഞ് ഭിത്തി മുഴുവൻ ചിത്രങ്ങളാണ് സേവകർ കണ്ടത്. മടിച്ചുമടിച്ചാണെങ്കിലും സേവകർ തമ്പുരാനെ വിവരമറിയിച്ചു.

"കൊച്ചുതമ്പുരാൻ വീണ്ടം ചുവരു മുഴുവൻ ചിത്രം വരച്ചിട്ടിരിക്കുന്നു."

"ശരി - ഞാനൊന്നു കാണട്ടെ."

തമ്പുരാൻ കൊട്ടാരത്തിന്റെ പിൻഭാഗത്തെത്തി. രവിവർമ്മ കരിക്കട്ടയും ചെങ്കല്ലും കൊണ്ടുവരച്ച ചിത്രങ്ങൾ ശ്രദ്ധിച്ചു നടന്നു കണ്ടു. മനുഷ്യരൂപങ്ങൾ, പശു, കുതിര, പൂച്ച എന്നീ മൃഗങ്ങളുടെ രൂപങ്ങൾ, വൃക്ഷലതാദികൾ, കൊട്ടാരത്തിനടുത്തുള്ള ക്ഷേത്രനടയിലെ ചില ശില്പരൂപ മാതൃകകൾ, വേലിപ്പടർപ്പിലെ കിളികൾ ഇവയൊക്കെയാണ് ഭിത്തിയിൽ സ്ഥാനം പിടിച്ചിട്ടുള്ളത്. രവിവർമ്മയ്ക്ക് ജന്മസിദ്ധമായ വാസനയും വിസ്മയകരമായ മനോധർമ്മവുമുണ്ട്. ഇല്ലെങ്കിൽ രേഖകൾക്ക് ഈ ശക്തിയും സൗന്ദര്യവും ഉണ്ടാവില്ല. കാണുന്ന വസ്തുവിന്റെ സ്വഭാവം നഷ്ടമാകാതെ രേഖയിലൂടെ അവതരിപ്പിക്കാൻ കഴിയുക ചിത്രകലയുടെ മുഖ്യഘടകമാണെന്നറിയുന്ന ചിത്രകാരൻ കൂടിയായ രാജരാജവർമ്മ തമ്പുരാൻ ചിത്രങ്ങളുടെ ഭംഗി ആസ്വദിച്ചുകൊണ്ട് കല്പിച്ചു.

"രവിവർമ്മയെ വിളിക്കൂ!" സേവകർ വല്ലാതെ വിഷമിച്ചുപോയി. രവി വർമ്മയ്ക്ക് ശിക്ഷ ലഭിക്കുമെന്നുതന്നെ അവർ കരുതി. എന്നാൽ തമ്പു രാനു മുന്നിലെത്തിയ രവിവർമ്മയെ അദ്ദേഹം വാരിപ്പുണരുന്ന കാഴ്ച യാണ് സേവകർ കണ്ടത്.

"കുഞ്ഞേ നീ വരച്ച ഈ ചിത്രങ്ങൾ എത്ര നന്നായിരിക്കുന്നു." അപ്പോഴാണ് സേവകർക്കും ശ്വാസം നേരെ വീണത്.

രവിവർമ്മയുടെ ചിത്രകലാപഠനം ഇവിടെ തുടങ്ങുകയായിരുന്നു. അമ്മാവനായ രാജരാജവർമ്മയായിരുന്നു ചിത്രകലയിലെ ആദ്യഗുരു. ജല ച്ചായ രചനകളും രേഖാചിത്രങ്ങളും വരച്ചിട്ടുള്ള രാജരാജവർമ്മ ബ്രഷു കളും നിറങ്ങളും സ്വന്തമായി തയ്യാറാക്കിയാണ് രചന നടത്തിയിരുന്നത്. പൂക്കൾ, ഇലച്ചാറ്, മരത്തൊലി, വിവിധ നിറങ്ങളിലുള്ള കല്ലുകൾ തുട ങ്ങിയ വസ്തുക്കൾ പലതരത്തിൽ പാകപ്പെടുത്തിയെടുത്താണ് അന്ന് ചായങ്ങൾ തയ്യാറാക്കിയിരുന്നത്. രവിവർമ്മയ്ക്ക് അമ്മാവനായ രാജരാ ജവർമ്മ ചിത്രകലയിൽ വിദ്യാരംഭം നടത്തി കലാപഠനത്തിന് തുടക്കം കുറിച്ചു. അക്കാലത്ത് ചിത്രകലാപഠനം തുടങ്ങുന്നത് നിലത്ത് ചില രൂപ ങ്ങൾവരച്ചുകൊണ്ടായിരുന്നു. കിളിമാനൂർ കൊട്ടാരത്തോട് ചേർന്നുള്ള നാടകശാലയിലായിരുന്നു ചിത്രകലാഭ്യാസം നടത്തിയത്. ചാണകം മെഴു കിയ വിശാലമായ തറയിൽ ഗുരുനാഥൻ വരച്ച രൂപം നോക്കി വരക്കുക യാണ് കുട്ടികൾ ചെയ്യേണ്ടത്. അങ്ങനെ രവിവർമ്മയും ശാസ്ത്രീയമായ ചിത്രകലാ പഠനം തുടങ്ങി. നിരവധി കുട്ടികൾ ചിത്രകലാ പഠനത്തിനു ണ്ടായിരുന്നെങ്കിലും നാലഞ്ചുമാസം കഴിഞ്ഞപ്പോൾ രവിവർമ്മ മാത്രമാ യി. ഇലകൾ, പൂക്കൾ, മരങ്ങൾ, പക്ഷികൾ ഇവയൊക്കെ തറയിൽ നന്നായി വരച്ച് പഠിച്ചശേഷമാണ് മനുഷ്യരൂപങ്ങൾ വരച്ചുതുടങ്ങിയത്. തുടർന്നാണ് പെൻസിലുപയോഗിച്ച് രൂപങ്ങൾ നോക്കി രേഖാചിത്രങ്ങൾ വരയ്ക്കുവാനും വസ്തുക്കൾ നോക്കി സ്കെച്ചുചെയ്യുവാനും ആരംഭി ക്കുന്നത്. ഇത്തരം ചിത്രരൂപങ്ങളൊക്കെ രവിവർമ്മ നേരത്തെ ചുവലി രൊക്കെ വരച്ചിരുന്നെങ്കിലും ശരിയായ അളവിലും രൂപത്തിലുമുള്ള രേഖാ ചിത്രങ്ങൾ പഠനത്തിലൂടെ അദ്ദേഹം വേണ്ടവിധം പരിശീലിച്ചു. പലതര ത്തിലുള്ള മരങ്ങൾ പക്ഷിമൃഗാദികൾ, കെട്ടിടങ്ങൾ വൈവിധ്യമാർന്ന ഇല കൾ, പൂക്കൾ പലവിധ പ്രവർത്തനങ്ങളിലേർപ്പെടുന്ന മനുഷ്യരൂപങ്ങൾ ഇവയൊക്കെയാണ് പെൻസിൽകൊണ്ട് സ്കെച്ച് ബുക്കിൽ വരച്ചുചേർത്ത ത്. വരയ്ക്കുന്ന വസ്തുവിന്റെ രൂപഘടന പകർത്തുന്നതിലും അവയിൽ നിഴലും വെളിച്ചവും പതിക്കുന്ന രീതി യഥാതഥമായി അവതരിപ്പിക്കുന്ന തിലും ഏറെ സമർത്ഥ്യം കാണിച്ചിരുന്നു. ഭാഷയും വ്യാകരണവും സംഗീ തവുമൊക്കെ ചിത്രകലാപഠനത്തോടൊപ്പം രവിവർമ്മ വശമാക്കിയെങ്കിലും അല്പം പുറകിൽനിന്നത് വ്യാകരണത്തിലായിരുന്നു.

മൂന്നുവർഷത്തെ നിരന്തരമായ കലാപഠനത്തിനും പരിശീലനത്തിനും ശേഷമാണ് ജലച്ചായ രചനകൾ ആരംഭിച്ചത്. സ്വാതിതിരുനാളിന്റെ ആസ്ഥാന ചിത്രകാരനായിരുന്ന അമ്മാവനായ രാജരാജവർമ്മ ചുവർ

ചിത്രരചനാസങ്കേതങ്ങൾക്കുപയോഗിക്കുന്ന ജലച്ചായ നിറങ്ങൾ സ്വന്ത
മായി തയ്യാറാക്കിയാണ് ചിത്രങ്ങൾ വരച്ചിരുന്നത്. നിറങ്ങൾ പാകപ്പെടു
ത്തുമ്പോൾ ചേരുവകളിൽ എന്തെങ്കിലും വ്യത്യാസമുണ്ടായാൽ ഉദ്ദേശിച്ച
നിറങ്ങൾ കിട്ടുകയില്ല. ജലച്ചായ നിറങ്ങളുടെ നിർമ്മിതി അമ്മാവനിൽ
നിന്ന് രവിവർമ്മ മനസ്സിലാക്കുകയും പില്ക്കാലത്ത് ഇത്തരം പ്രകൃതി
വർണ്ണങ്ങളുപയോഗിച്ച് അദ്ദേഹം സമർത്ഥമായി ചിത്രരചന നടത്തുകയും
ചെയ്തിരുന്നു. പന്ത്രണ്ടുവയസ്സു മാത്രംപ്രായമുണ്ടായിരുന്ന രവിവർമ്മ
വരച്ച ചിത്രങ്ങൾ കണ്ട അമ്മാവനായിരുന്നു ഏറെ അഭിമാനം. "എന്റെ
ഉണ്ണീ നീ ലോകമറിയുന്ന ചിത്രകാരനായി തീരു"മെന്ന ആദ്യഗുരുവിന്റെ
ആശീർവാദം സാക്ഷാത്ക്കരിക്കപ്പെട്ടത് കാലം തെളിയിച്ച നിറ
ച്ചാർത്താർന്ന അനുഭവം.

കൊട്ടാരത്തിലെ ബന്ധുജനങ്ങൾ, സേവകർ, മുറ്റത്തും പറമ്പിലു
മുള്ള മരങ്ങളും പൂക്കളുംപലതരം പക്ഷികൾ, പുരാണകഥകളിലെ പ്രധാ
നമുഹൂർത്തങ്ങൾ. സൂര്യോദയവും അസ്തമയവും ഉൾപ്പെടുന്ന പ്രകൃ
തിദൃശ്യങ്ങൾ, ഋതുക്കളുടെ മാറ്റങ്ങൾക്കനുസരിച്ചുള്ള പ്രകൃതിയുടെ
കാഴ്ച ഇവയൊക്കെയായിരുന്നു ആദ്യകാലത്തെ രവിവർമ്മയുടെ ജല
ച്ചായ രചനകൾ. വരയ്ക്കുന്ന വസ്തുവിന്റെരൂപഘടന പകർത്തുന്നതിലും
അവയിൽ നിഴലും വെളിച്ചവും പതിക്കുന്ന രീതി യഥാതഥമായി അവത
രിപ്പിക്കുന്നതിലും അദ്ദേഹം ഏറെ സാമർത്ഥ്യം കാണിച്ചു. ലോക പ്രശസ്ത
രായ പല ചിത്രകാരന്മാരുടെയും ആദ്യകാല രചനകൾപോലെ രവിവർമ്മയും
അങ്ങനെ ജലച്ചായ ചിത്രങ്ങളിലൂടെ വർണ്ണങ്ങളിലേക്ക് കടന്നുവന്നു.

മലനിരകളും വൃക്ഷലതാദികളുമായുള്ള സൗന്ദര്യമാർന്ന പ്രകൃതി
ദൃശ്യങ്ങളുടെ നിരവധി ജലച്ചായ രചനകൾ രവിവർമ്മ വരച്ചിട്ടുണ്ട്. പ്രകൃ
തിദൃശ്യരചനകളിൽ സ്വാഭാവികതയ്ക്കായിരിക്കണം പ്രാധാന്യമെന്ന
പുരാതന രചനാസമ്പ്രദായം പിൻതുടരുന്ന കാലമായിരുന്നു അത്. ചിത്ര
രചനയിൽ യഥാതഥമായ രൂപങ്ങളെ യുക്തിഭദ്രമായി ഭാവനകൊണ്ട
ല്ലാതെ മനപൂർവ്വമായ ആലങ്കാരികഭാവന ഇഴചേർക്കുന്നത് ശരിയല്ല
എന്നും ചിത്രകലയുടെ ആത്മാവായ യഥാർത്ഥമായ അവസ്ഥയ്ക്ക് അത്
കോട്ടമുണ്ടാക്കുമെന്നും തെക്കെ ഇന്ത്യയിലെ കലാകാരന്മാർ വിശ്വസി
ക്കുകയും ആ വഴിക്ക് അവർ രചന നടത്തുകയും ചെയ്തിരുന്നു. രാജ
രാജവർമ്മയും അക്കാലത്തെ മറ്റ് ദക്ഷിണേന്ത്യയിലെ ചിത്രകാരന്മാരും
രൂപങ്ങളെ സസൂക്ഷ്മം നിരീക്ഷിച്ച് രൂപങ്ങൾക്ക് പൂർണ്ണത പകരാനാണ്
ശ്രമിച്ചത്. എന്നാൽ പുതിയ ശൈലീസങ്കേതങ്ങളിലൂടെയുള്ള രചനാരീ
തികൾ ഉത്തരേന്ത്യൻ കലയിൽ ചില ചലനങ്ങളുണ്ടാക്കിയിരുന്നു.

കൊട്ടാരത്തിലെ ചിത്രകലാപഠനത്തോടൊപ്പം പുരാണപാരായണ
ത്തിലും (കാവ്യനാടകങ്ങളായ കാളിദാസന്റെ *രഘുവംശം, ശാകുന്തളം*)
കഥകളിയിലും രവിവർമ്മ താല്പര്യം കാണിച്ചു. കഥകളി പദങ്ങൾ പാടു
വാനും ആടുവാനും വാദ്യോപകരണങ്ങൾ ഉപയോഗിക്കുവാനും കുറേശ്ശെ
മനസ്സിലാക്കി. കൊട്ടാര സദസ്സുകളിൽ കഥകളി അരങ്ങേറുന്ന ദിവസങ്ങ

ളിൽ രവിവർമ്മ നേരത്തേ അണിയറയിലെത്തും. കഥകളി നടന് മുഖച
മയം നടത്തി വേഷമിടുന്നതും മറ്റ് ആടയാഭരണങ്ങളും അലങ്കാരങ്ങളും
ഉപയോഗിക്കുന്നത് സശ്രദ്ധം നോക്കിയിരിക്കും. കഥകളിയിൽ മുഖചമ
യത്തിനുപയോഗിക്കുന്ന തിളക്കമെമുള്ള നിറക്കൂട്ടുകളും ദേഹത്തണിയുന്ന
വർണ്ണാഭമായ ആടയാഭരണങ്ങളും രവിവർമ്മയുടെ മനസ്സിൽ പുതിയ നിറച്ചാർത്തു
കളായി രൂപമെടുക്കുകയായിരുന്നു. അതൊക്കെ അദ്ദേഹത്തിന്റെ പില്ക്കാ
ലകലാജീവിതത്തിന് ഏറെ സഹായകമായിട്ടുള്ളതായി കാണാം.

ഒറ്റതിരിഞ്ഞ രൂപങ്ങൾക്കപ്പുറം കൂട്ടായ രൂപങ്ങളെ ചിത്രതലത്തിൽ
അവതരിപ്പിക്കാൻ രവിവർമ്മയ്ക്ക് അനായാസം കഴിഞ്ഞു. അതുപോലെ
പ്രകൃതിദൃശ്യങ്ങളിൽ പകൽ വെളിച്ചത്തിലുണ്ടാകുന്ന നിറവ്യത്യാസങ്ങൾ
കാഴ്ചയ്ക്ക് പുതിയൊരനുഭവമാക്കി മാറ്റാൻ ഈ കുരുന്നുബാലന് കഴി
ഞ്ഞിരുന്നു. പ്രകൃതിയിലെ രൂപമാറ്റങ്ങൾ അവതരിപ്പിക്കുന്ന ദൃശ്യങ്ങൾ
അമ്മാവനായ രാജരാജവർമ്മയെ അത്ഭുതപ്പെടുത്തി. അമ്മാവന്റെ ശിക്ഷ
ണത്തിൽ ചിത്രകലയുടെ ബാലപാഠങ്ങൾ അഭ്യസിച്ചുകഴിഞ്ഞുവെങ്കിലും
ശാസ്ത്രീയവും കാലികവുമായ കലാസങ്കേതങ്ങളിലൂടെയുള്ള ചിത്രക
ലാപഠനം രവിവർമ്മയ്ക്ക് നല്കണമെന്ന് ദീർഘവീക്ഷണമുള്ള അദ്ദേ
ഹത്തിന് തോന്നിയിരുന്നു. തന്റെ അറിവിനപ്പുറമുള്ള ചിത്രങ്ങളാണ് രവി
വർമ്മ വരയ്ക്കുന്നതെന്നും കൂടുതൽ പഠനം ആവശ്യമാണെന്നും മന
സ്സിലാക്കിയ അമ്മാവൻ രവിവർമ്മയെ ചിത്രകല പഠിപ്പിക്കാൻ വിദഗ്ദ്ധരെ
അന്വേഷിച്ചുതുടങ്ങി. അന്ന് തിരുവിതാംകൂർ ഭരിച്ചിരുന്ന ആയില്യം തിരു
നാൾ മഹാരാജാവുമായി രാജരാജവർമ്മയ്ക്ക് നല്ല അടുപ്പമുണ്ടായിരു
ന്നു. ആധുനികമായ കാഴ്ചപ്പാടോടെ നിരവധി ഭരണപരിഷ്കാരങ്ങൾ
നടത്തുകയും കലയെയും കലാകാരന്മാരെയും പ്രോത്സാഹിപ്പിക്കുകയും
ചെയ്തുവന്ന കലാകാരനും കലാസ്വാദകനുമായിരുന്നു ആയില്യം തിരു
നാൾ. ഒരു ദിവസം രാജരാജവർമ്മ മഹാരാജാവിനെ മുഖം കാണിക്കു
കയും സംസാരമദ്ധ്യേ ചിത്രകലയിൽ അത്ഭുതമാകുന്ന പതിമൂന്നു വയ
സ്സുകാരനായ രവിവർമ്മയെക്കുറിച്ച് പറയുകയും ചെയ്തു. വരച്ച ചിത്ര
ങ്ങളുമായി രവിവർമ്മയെ നേരിൽ കാണാൻ ആയില്യംതിരുനാൾ ആഗ്ര
ഹം പ്രകടിപ്പിച്ചു. 1862 മെയ് മാസത്തിലെ ഒരു ദിവസം രവിവർമ്മയെയും
കൂട്ടി രാജരാജവർമ്മ കൊട്ടാരത്തിലെത്തി, വരച്ച ചിത്രങ്ങളും കരുതി
യിരുന്നു. രവിവർമ്മ കൊണ്ടുവന്ന മൂന്നു ചിത്രങ്ങളും മഹാരാജാവിന്
വളരെ ഇഷ്ടമായി. ജലച്ചായത്തിലുള്ള രചനകൾ മഹാരാജാവ് വീണ്ടും
വീണ്ടും ശ്രദ്ധയോടെ വീക്ഷിച്ചു. ഈ ചെറുബാലൻ എത്ര മനോഹര
മായി ചിത്രം വരച്ചിരിക്കുന്നു, ഇവൻ അപൂർവ്വ പ്രതിഭതന്നെയാണ്
അദ്ദേഹം വിലയിരുത്തി.

രവിവർമ്മയേയും ചിത്രകലയിലെ ഗുരുനാഥനും അമ്മാവനുമായ
രാജരാജവർമ്മയെയും ആയില്യംതിരുനാൾ മഹാരാജാവ് അഭിനന്ദിക്കു
കയും ചിത്രകല കൂടുതൽ പഠിക്കണമെന്ന് നിർദ്ദേശിക്കുകയും ചെയ്തു.
തിരുവനന്തപുരത്തു താമസിച്ച് ചിത്രകല പഠിക്കുന്നതിനുവേണ്ട സൗക

ര്യങ്ങളും അദ്ദേഹം വാഗ്ദാനം ചെയ്തു. അങ്ങനെയാണ് രവിവർമ്മ തിരു
വനന്തപുരത്തു താമസിക്കാൻ തീരുമാനിച്ചത്. കോട്ടയ്ക്കകത്തു മൂടത്തു
മഠത്തിലാണ് രവിവർമ്മയ്ക്ക് താമസിക്കാൻ സൗകര്യം ചെയ്തുകൊടു
ത്ത്. കൊട്ടാരത്തിൽ വിശാലമായ ഗ്രന്ഥശാലയും ചിത്രശാലയുമുണ്ടാ
യിരുന്നു. സ്വദേശികളും വിദേശികളുമായി മഹാരാജാവിനെ സന്ദർശിച്ചി
രുന്ന ചിത്രകാരന്മാരെ പരിചയപ്പെടാനും, ഗ്രന്ഥശാല ഉപയോഗപ്പെടുത്തി
പഠനം നടത്തുവാനും രവിവർമ്മയ്ക്ക് ആദ്യമായി അവസരമുണ്ടായി.
നൂറ്റാണ്ടുകൾ പഴക്കമുള്ള ചിത്രങ്ങൾ, ശില്പങ്ങൾ, തഞ്ചാവൂർ ചിത്ര
കാരന്മാരുടെ ചിത്രങ്ങൾ, പാശ്ചാത്യചിത്രകാരന്മാരുടെ ചിത്രങ്ങളടങ്ങിയ
വിദേശഗ്രന്ഥങ്ങൾ, ഭാരതീയ ചിത്രശില്പകലാഗ്രന്ഥങ്ങൾ, ഇവയെക്കു
റിച്ചൊക്കെ വിശദമായി പറഞ്ഞുകൊടുക്കാൻ കഴിയുന്ന പണ്ഡിതന്മാർ,
കേരളവർമ്മ വലിയകോയിത്തമ്പുരാനെപ്പോലെയുള്ള ഇംഗ്ലീഷ് പണ്ഡി
തർ, ഇങ്ങനെ രവിവർമ്മക്ക് തന്റെ കലയെ പരിപോഷിപ്പിക്കുവാൻ വേണ്ട
സൗകര്യങ്ങളൊക്കെ മഹാരാജാവ് ഒരുക്കി നല്കി. കൂടാതെ വിദേശത്തു
നിന്നുള്ള ഏറ്റവും പുതിയ ചിത്രശില്പകലാഗ്രന്ഥങ്ങൾ വരുത്തി, മഹാ
രാജാവ് വായിച്ച് രവിവർമ്മയ്ക്ക് വിശദീകരിച്ചുകൊടുക്കുകയും രവി
വർമ്മ വരച്ച ചിത്രങ്ങൾ കണ്ട് അഭിപ്രായങ്ങൾ പറയുകയും ചെയ്തിരു
ന്നു. രവിവർമ്മയ്ക്കും ഗുരുവിന്റെ സാമീപ്യം പോലെയായിരുന്നു മഹാ
രാജാവും ഗ്രന്ഥശാലയും കേരളവർമ്മ വലിയകോയിത്തമ്പുരാനുമൊക്കെ.
കേരളവർമ്മ വലിയകോയിത്തമ്പുരാന്റെ ശ്രമഫലമായാണ് വിദേശത്തു
നിന്ന് ജലച്ചായ രചനയ്ക്കാവശ്യമായ നിറങ്ങളും ബ്രഷുകളും രവി
വർമ്മയ്ക്ക് ലഭിക്കാനിടയായത്. രവിവർമ്മയുടെ ജീവിതത്തിലെ
സുവർണ്ണദിനങ്ങളായിരുന്നു മൂടത്തുമടത്തിലെ താമസക്കാലം. കാതിൽ
കടുക്കനും കഴുത്തിൽ മുത്തുമാലയും പുളിയിലക്കര നേര്യതുമണിഞ്ഞ
പതിനാലുകാരൻ രവിവർമ്മ കൊട്ടാരത്തിലെ ഒരംഗത്തെപ്പോലെ മൂടത്തു
മടത്തിൽ താമസിച്ച് ചിത്രകലയിൽ സജീവമായി. ജലച്ചായ രചനകളാണ്
ഇവിടെയും അദ്ദേഹം വരച്ചിരുന്നത്. പകൽ സമയങ്ങളിൽ ചിത്രശാലയി
ലെത്തി ചിത്രരചനയും ഗ്രന്ഥശാലയിൽ പുസ്തകപാരായണവും കൃത്യ
മായി നടത്തി. കലാപഠനത്തിന്റെ ഭാഗമായി തിരുവനന്തപുരത്തും കന്യാ
കുമാരിയിലുമുള്ള പ്രധാന ക്ഷേത്രങ്ങളും കൊട്ടാരങ്ങളും രവിവർമ്മ
സന്ദർശിക്കുമായിരുന്നു. വിവിധ കലാസങ്കേതങ്ങളെക്കുറിച്ചും പുരാതന
മായ ചിത്രകലാ സമ്പ്രദായങ്ങളെക്കുറിച്ചും അറിവു നേടാൻ ഇത്തരം
യാത്രകൾ അദ്ദേഹത്തെ സഹായിച്ചു. ഭാരതീയ പൗരാണിക രചനാരീ
തികളിലും കേരളത്തിലും തമിഴ്നാട്ടിലും പ്രചാരത്തിലുണ്ടായിരുന്ന തഞ്ചാ
വൂർ ചിത്രരചനാരീതിയിലും ചുവർ ചിത്രരചനാരീതികളിലും ശില്പക
ലയുടെ സ്വാധീനം കാണാൻ സാധിക്കും. രവിവർമ്മയുടെ ആദ്യകാല
പുരാണചിത്രങ്ങളിലെ രൂപങ്ങളുടെ അംഗചലനങ്ങളിൽ ഇവയുടെ
സ്വാധീനം കാണാം.

മൂന്നുവർഷത്തെ കലാപഠനവും ചിത്രരചനയുമായി മൂടത്തുമഠ

ത്തിലും കൊട്ടാരത്തിലെ ചിത്രശാലയിലുമായി കഴിഞ്ഞ രവിവർമ്മയ്ക്ക് സ്വന്തമായി ഒരു ചിത്രശാല ആയില്യം തിരുനാൾ അനുവദിച്ചു നല്കി. ചിത്രമെഴുത്ത് കോയിത്തമ്പുരാൻ എന്നൊരു വിളിപ്പേരും ഇതിനകം രവി വർമ്മയ്ക്ക് ലഭിച്ചിരുന്നു. വിദേശ ചിത്രകാരന്മാർ സജീവമായി ഉപയോ ഗിക്കുന്ന എണ്ണച്ചായ രചനാശൈലി രവിവർമ്മ സ്വപ്നം കണ്ടിരുന്നെ ങ്കിലും തല്ക്കാലം ജലച്ചായ രചനകളിൽ അദ്ദേഹം തൃപ്തനായിരുന്നു.

ദേവാലയങ്ങളിലെ ചുവർചിത്രങ്ങളിൽ നിന്നുള്ള മാറ്റമാണ് നവോ ത്ഥാനകാലത്ത് ചിത്രകലയിൽ രൂപം കൊണ്ടത്. സ്വാതന്ത്ര്യവും വ്യക്തി ഗതവുമായ എണ്ണച്ചായചിത്രങ്ങളിലൂടെ വിപ്ലവകരമായ മാറ്റങ്ങൾക്ക് തുട ക്കമാവുകയായിരുന്നു. ചിത്രകലയിലെ പ്രധാന രചനാമാധ്യമമായി എണ്ണ ച്ചായ രചനകൾ. 15-ാം നൂറ്റാണ്ടിലെ പ്രമുഖ ചിത്രകാരനായ ജാൻ വാൻ ഐക്, സഹോദരന്മാർ കണ്ടുപിടിച്ച എണ്ണച്ചായം പാശ്ചാത്യ ചിത്രകലാരംഗത്ത് നവീനമായ കാഴ്ച സൃഷ്ടിച്ചു. യാഥാർത്ഥ്യപ്രതീതിക്ക് പൂർണ്ണത പകരു ന്നതോടൊപ്പം പുതിയ ദൃശ്യബോധവും സുതാര്യമായ അന്തരീക്ഷത്തിൽ (ജലച്ചായം) നിന്ന് കനത്ത പ്രതലത്തിലുള്ള എണ്ണച്ചായ രചനകൾക്ക് ദൃശ്യയാഥാർത്ഥ്യത്തെ കീഴടക്കാനാവുമെന്നും ചിത്രകാരന്മാർ തെളിയിച്ചു.

ചിത്രശില്പകലയിൽ വിപ്ലവകരമായ മാറ്റങ്ങൾക്കു തുടക്കം കുറിച്ച പതിനഞ്ചാം നൂറ്റാണ്ടിനുശേഷമുള്ള (മൈക്കലൊഞ്ചലോയിലൂടെ) കലാ ചരിത്രത്തിലൂടെ സഞ്ചരിയ്ക്കുമ്പോൾ ജോൺ കോൺസ്റ്റബിൾ, വില്യം ടർണർ, ഗെയിൻസ് ബറോ എന്നിവരായിരുന്നു എണ്ണച്ചായ പ്രശസ്ത രായ ചിത്രകാരന്മാർ. അന്ന് വിവിധ കലാരൂപങ്ങളിലുണ്ടായ മാറ്റ ങ്ങൾക്കൊപ്പം ഭാരതത്തിലെ ചിത്രകലയിലും നവീനമായ കാഴ്ചപ്പാടു കളുണ്ടായി. രാജപ്രഭുകുടുംബങ്ങളിലെയും നാട്ടുരാജാക്കന്മാരുടെയും വാസ്തുവിദ്യയിലും ഗൃഹാലങ്കാരത്തിലും ഭക്ഷണരീതിയിലും വസ്ത്ര ധാരണത്തിലുമൊക്കെ ബ്രിട്ടീഷ് സ്വാധീനം കടന്നുവന്നതിന്റെ തുടർച്ച യായിട്ടായിരുന്നു ചിത്രകലയിലും ഈ ശൈലി കാണാനായത്. ഭാരത ത്തിൽ തിരുവിതാംകൂറിലും മൈസൂറിലും ബറോഡയിലും വിദ്യാഭ്യാസ രംഗത്തുണ്ടായ പരിഷ്കാരത്തോടൊപ്പമാണ് ചിത്രകലയിലും നവീന ചല നങ്ങളുണ്ടായത്. അന്ന് വിദേശീയരായ എഫ് എം കോൾമാൻ, വില്യം ഹോഡ്ജസ്, ടെല്ലി കെറ്റിൽ, ജോൺ സ്മാർട്ട്, അർതസ് ഡേവിസ് തുട ങ്ങിയ ഒരു പിടി വിദേശചിത്രകാരന്മാർ ഭാരതത്തിലെത്തി ചിത്രങ്ങൾ വരച്ചിരുന്നു. കൂടുതലും ചായാചിത്രങ്ങളായിരുന്നു അവർ വരച്ചിരുന്നത്. ഒപ്പം നമ്മുടെ നാടിന്റെ ആചാരാനുഷ്ഠാനങ്ങളും ഉത്സവങ്ങളും ഭാരതീയ ഗ്രാമങ്ങളും ജനജീവിതവുമൊക്കെ പാശ്ചാത്യചിത്രകാരന്മാർ പകർത്തു കയും അവരുടെ രാജ്യങ്ങളിൽ അവ പ്രദർശിപ്പിക്കുകയും ചെയ്തിട്ടു ണ്ട്. പാശ്ചാത്യ ചിത്രകാരന്മാരെക്കൊണ്ട് ചായാചിത്രങ്ങൾ വരച്ച് സൂക്ഷി ക്കുന്നത് പ്രഭുക്കന്മാരും നാട്ടുരാജാക്കന്മാരും ബഹുമതിയായിട്ടാണ് കരു തിയിരുന്നത്. ഇതിനോട് കൂട്ടുചേർന്നാണ് ഭാരതീയ ചിത്രകാരന്മാരും പാശ്ചാത്യ ശൈലിയിലുള്ള ചായാചിത്രങ്ങളും. മറ്റു ദൃശ്യങ്ങളും വരക്കാൻ

തുടങ്ങിയത്, സേവക്റാം, ഈശ്വരിപ്രസാദ് തുടങ്ങിയ ചിത്രകാരന്മാർ ഇക്കാലത്ത് പ്രശസ്തരായിരുന്നു. ഭാരതത്തിലെ ഇക്കാലയളവിലുണ്ടായ മാറ്റങ്ങൾ തിരുവിതാംകൂറിലും ശക്തമായി പ്രതിഫലിച്ചിരുന്നു.

ബ്രിട്ടീഷ് ഭരണത്തിന്റെ സ്വാധീനത്തോടെ ഭാരതീയ കലയിൽ നമ്മുടെ സംസ്കാരത്തിന്റെ തനിമയുള്ള രചനകൾ ഒഴിവാക്കപ്പെട്ടു. എന്നാൽ കലാസ്ഥാപനങ്ങളിൽ പഠനസമ്പ്രദായം പരിഷ്കരിക്കുകയോ എണ്ണച്ചായ രചനാ രീതി പാഠ്യപദ്ധതിയിൽ ചേർക്കുകയോ ഉണ്ടായില്ല. എണ്ണച്ചായ രചന വിദേശീയരുടെ കുത്തകയാണെന്ന ധാരണയോടെ പാശ്ചാത്യചിത്രകാരന്മാർ നാട്ടുരാജാക്കന്മാരുടെയും പ്രമാണിമാരുടെയും ഇടയിൽ ശ്രദ്ധേയരായി. പാശ്ചാത്യ ചിത്രകാരന്മാരോട് ഭരണാധികാരി കൾക്കുള്ള താല്പര്യം തിരുവിതാംകൂറിലും സജീവമായിരുന്നു. പാരമ്പ ര്യത്തിലധിഷ്ഠിതമായ എല്ലാ ചിത്രകലാശൈലികളേയും തിരുവിതാം കൂറിലെ ഭരണാധികാരികൾ പ്രോത്സാഹിപ്പിച്ചിരുന്നുവെങ്കിലും പാശ്ചാ ത്യചിത്രകാരന്മാരുടെ എണ്ണച്ചായ രചനകളിലാണ് ഭൂരിഭാഗം ജനങ്ങളും താല്പര്യം കാണിച്ചത്.

ജലച്ചായ രചനകളിൽ ഒതുങ്ങിനിന്നിരുന്ന രവിവർമ്മയും ഇക്കാല ഘട്ടത്തിലാണ് എണ്ണച്ചായ രചനാ പഠനത്തിന് താല്പര്യം കാണിച്ചത്. തന്റെ ആഗ്രഹം ആയില്യം തിരുനാൾ മഹാരാജാവിനോട് രവിവർമ്മ സൂചിപ്പിക്കുകയും ചെയ്തു. മഹാരാജാവ് ഇക്കാര്യം രാജരാജ വർമ്മയുമായി ആലോചിച്ചു. എണ്ണച്ചായരചന പഠിപ്പിക്കാൻ പ്രാപ്തരായ തിരുവിതാംകൂറിനകത്തും പുറത്തുമുള്ള ചിത്രകാരന്മാരെ അന്വേഷിക്കു കയും ഒടുവിൽ തിരുവിതാംകൂറിൽ അന്ന് എണ്ണച്ചായ രചനയിൽ കേമ നായ മധുര സ്വദേശി രാമസ്വാമി നായ്ക്കരെ കണ്ടെത്തുകയും ചെയ്തു. യുവരാജാവായ വിശാഖം തിരുനാളിന്റെ ആശ്രിതനായിരുന്നു നായിക്കർ. വിശാഖം തിരുനാളും മഹാരാജാവും തമ്മിൽ നല്ല ബന്ധമല്ലാതിരുന്നതി നാൽ നായിക്കർ രവിവർമ്മയെ എണ്ണച്ചായ രചന പഠിപ്പിക്കാൻ താല്പര്യം കാട്ടിയില്ലെന്ന് മാത്രമല്ല രവിവർമ്മയുടെ ചിത്രരചനാപരമായ കഴിവുകളെ അംഗീകരിക്കാനും തയ്യാറായിരുന്നില്ല. കൊട്ടാരത്തിനുള്ളിലെ പരസ്പര മുള്ള മത്സരങ്ങളുടെയും അധികാരമോഹങ്ങളുടെയും പ്രതിഫലനങ്ങ ളായിരുന്നു നായിക്കർ പ്രകടിപ്പിച്ചത്. മഹാരാജാവ് ചിത്രകലാപഠനത്തിന് രവിവർമ്മയ്ക്കു നല്കുന്ന സഹായങ്ങളും ചിത്രമെഴുത്ത് കോയിത്തമ്പു രാൻ എന്ന വിളിപ്പേരുമൊക്കെ വിശാഖം തിരുനാളിന്റെ ആശ്രിതനും ചിത്ര കാരനുമായ നായിക്കർക്ക് തീരെ ഇഷ്ടമായിരുന്നില്ല.

എണ്ണച്ചായ രചന അറിയാവുന്ന മറ്റൊരു ചിത്രകാരനും അന്ന് തിരു വനന്തപുരത്തുണ്ടായിരുന്നു— രാമസ്വാമി നായിക്കരുടെ ശിഷ്യനായ ആറു മുഖം പിള്ള. ജലച്ചായ രചനകളിൽ രവിവർമ്മയുടെ കഴിവ് കണ്ടറിഞ്ഞ ആറുമുഖൻപിള്ള എണ്ണച്ചായ രചനാരീതി രവിവർമ്മയെ പഠിപ്പിക്കാൻ തയ്യാറായിരുന്നു. വിശാഖം തിരുനാളും നായിക്കരും അറിയാതെ രാത്രി കാലങ്ങളിൽ അറുമുഖൻ പിള്ള മുടത്തുമഠത്തിലെത്തി എണ്ണച്ചായരച

നകളുടെ പാഠങ്ങൾ പറഞ്ഞുകൊടുക്കുകയും പരിശീലിപ്പിക്കുകയും ചെയ്തു. ജലച്ചായത്തിൽ ചിത്രങ്ങൾ വരച്ചു ശീലിച്ച രവിവർമ്മയ്ക്ക് രച നാരീതികളിൽ വ്യത്യാസമുണ്ടെങ്കിലും എണ്ണച്ചായ രചന വളരെ പെട്ടെ ന്നുതന്നെ ഇണങ്ങിത്തുടങ്ങി. ചായങ്ങൾ തമ്മിൽ ലയിപ്പിച്ച് പുതിയ നിറ ങ്ങൾ കണ്ടെത്തുന്നതിൽ രവിവർമ്മ തുടക്കത്തിലേ താല്പര്യം കാണി ച്ചു. താൻ ഇതുവരെ ഉപയോഗിച്ചിരുന്ന സുതാര്യമായ ജലച്ചായസങ്കേത ങ്ങളുടെ വിപരീതപ്രയോഗരീതിയാണ് എണ്ണച്ചായ രചനയുടേത്. ജല ച്ചായ രചനയിൽ വെള്ളനിറം പരമാവധി ഉപയോഗിക്കാറില്ല. പ്രതല ത്തിന്റെ വെണ്മയിലൂടെ വെള്ളനിറം കണ്ടെത്തുമെങ്കിൽ എണ്ണച്ചായ രച നയിൽ വെള്ളനിറം ധാരാളമായി ഉപയോഗിക്കാവുന്നതാണ്. ഇങ്ങനെ രചനാസങ്കേതങ്ങളിൽ തന്നെവളരെ വ്യത്യാസമുള്ള എണ്ണച്ചായ രചന യിൽ രവിവർമ്മ പരിശീലനം തുടർന്നുകൊണ്ടിരുന്നു.

തിരുവിതാംകൂറിൽ ജനിച്ചുവളർന്ന രവിവർമ്മയ്ക്ക് കേരളീയ പാര മ്പര്യത്തിലധിഷ്ഠിത ചിത്രശൈലികളായ കളമെഴുത്ത്, ചുവർചിത്രങ്ങൾ, മുഖത്തെഴുത്ത് എന്നിവയിലൂടെയുള്ള രൂപസങ്കല്പങ്ങളാണ് മനസ്സിൽ രൂഢമൂലമായിട്ടുള്ളത്. അദ്ദേഹത്തിന്റെ ജലച്ചായ രചനകളിലെ ശൈലീ സങ്കേതങ്ങളിൽ ഇവ കാണാനുമാവും. എന്നാൽ എണ്ണച്ചായ രചനാ പഠനം രവിവർമ്മയെ പുതിയൊരു വർണ്ണരൂപബോധത്തിലേക്കാണ് നയി ച്ചത്. പാശ്ചാത്യരചനകളിലെ ശൈലീസങ്കേതങ്ങൾ ഒരു പരിധിവരെ അതിന് കാരണമായിട്ടുണ്ടാവാം. കൊട്ടാരം ഗ്രന്ഥശാലയിൽ നിന്ന് വിദേശ ചിത്രകാരന്മാരുടെ ചിത്രങ്ങളുടെ പകർപ്പുകൾ കാണാനും രചനകളെ ക്കുറിച്ച് മനസ്സിലാക്കാനും രവിവർമ്മക്കു കഴിഞ്ഞിരുന്നു. അതിനുപരി യായി എണ്ണച്ചായ രചനകളിലെ നിറച്ചേരുവകളെക്കുറിച്ചും മാധ്യമ മിശ്രി തനിർമ്മാണത്തെക്കുറിച്ചുമുള്ള അറിവുകളാണ് ആറുമുഖൻപിള്ള രവി വർമ്മക്ക് പകർന്നു നല്കിയത്. പരിമിതമായ അറിവിൽ നിന്ന് വിപുല മാന്യ ഒരു വർണ്ണപ്രപഞ്ചത്തിലൂടെയാണ് രവിവർമ്മ സഞ്ചരിച്ചതും എണ്ണ ച്ചായ ചിത്രം വരച്ചു തുടങ്ങിയതും. ജലച്ചായ രചനയേക്കാൾ തനിക്കി ണങ്ങുന്നത് എണ്ണച്ചായ രചനകളാണെന്ന് രവിവർമ്മയുടെ മനസ്സ് പറ ഞ്ഞു. എണ്ണച്ചായത്തിൽ സജീവമായ രവിവർമ്മ ഛായാചിത്ര(Portrait)ങ്ങ ളിലൂടെയാണ് തുടക്കമിടുന്നത്. മനുഷ്യരൂപപ്രാധാന്യമുള്ള ചില ചിത്ര ങ്ങളും (വിഷയപ്രാധാന്യമുള്ളവ) ആദ്യകാലത്ത് വരച്ചിട്ടുണ്ട്. എണ്ണച്ചായ രചനയുടെ സാങ്കേതികവശങ്ങൾ പഠിപ്പിച്ച ആറുമുഖൻ പിള്ളയോട് എന്നും സ്നേഹബഹുമാനമുണ്ടായിരുന്നു. ജീവിതാവസാനം വരെ ദരി ദ്രനും വലിയൊരു കുടുംബത്തിന്റെ സംരക്ഷകനുമായിരുന്ന ആറുമുഖൻ പിള്ളയ്ക്ക് രവിവർമ്മയിൽ നിന്ന് പല സഹായങ്ങളും ലഭിച്ചിരുന്നതായി. ആറുമുഖൻ പിള്ളയുടെ മകന്റെ വാക്കുകൾ ഇങ്ങനെ.

രവിവർമ്മ കോയിത്തമ്പുരാൻ ഒരു മഹാചിത്രകാരനാണെന്നുള്ള തിൽ ആക്ഷേപമില്ല. അദ്ദേഹം കലാസാമ്രാട്ടുതന്നെ പക്ഷെ,

എന്റെ അച്ഛൻ അദ്ദേഹത്തിന് ചിത്രമെഴുത്തിനെപ്പറ്റി ആദ്യകാലത്ത് പറഞ്ഞുകൊടുത്തിട്ടുണ്ടെന്നും, അങ്ങനെ ഒരു ചെറിയ ഗുരു സ്ഥാനം എന്റെ അച്ഛനുണ്ടെന്നും പറഞ്ഞാൽ ചിലർക്ക് അതിന്ന് ഇഷ്ടമാവുകയില്ല. ചരിത്രകാരന്മാർ ഇത് കാര്യമാക്കുകയുമില്ല. എന്നാൽ രവിവർമ്മത്തമ്പുരാൻ അത് വലുതായി കരുതിപ്പോന്നി രുന്നു. തമ്പുരാൻ ബോംബയിൽ ചിത്രങ്ങൾ അച്ചടിക്കുന്നതിനായി പ്രസ് സ്ഥാപിച്ചപ്പോൾ അച്ഛന് ഒരു നല്ല സംഖ്യ അയച്ചുകൊടു ത്തിട്ടുണ്ട്. അച്ഛൻ മരിച്ച ദിവസം അദ്ദേഹം തിരുവനന്തപുരത്തു ണ്ടായിരുന്നു. മരണവാർത്ത ചെന്നറിയിച്ച ഉടൻ ഉദകക്രിയയ്ക്ക് ജലം എടുക്കുന്നതിനായി വെള്ളിയിലുള്ള ഒരു കുടവും കിണ്ടിയും അൻപതുരൂപയും അദ്ദേഹം കൊടുത്തയച്ചു. പിന്നീട് ഒരു ദിവസം ഞങ്ങളെ ആളയച്ചു വരുത്തി മൃഷ്ടാനം ഊട്ടിയശേഷം ഓരോ പവൻ വീതം സഹോദരങ്ങളായ ഞങ്ങൾ നാലുപേർക്കും അമ്മയ്ക്കും തന്നിട്ട് പറഞ്ഞത് ഞങ്ങളിൽ കൂടുതൽ പഠിക്കാൻ താല്പര്യമുള്ളവരെ അദ്ദേഹത്തിന്റെ ചെലവിൽ ശീമയിൽ (വിദേ ശത്ത്) അയച്ചു പഠിപ്പിക്കാമെന്നായിരുന്നു. വിധി അതിന് സമ്മതി ച്ചില്ലെന്ന് പറഞ്ഞാൽ മതിയല്ലോ....

ആറുമുഖം പിള്ളയും രവിവർമ്മയും തമ്മിലുള്ള ബന്ധത്തെക്കുറിച്ച് രവിവർമ്മയുടെ സഹോദരി മംഗളാഭായി തമ്പുരാട്ടിയുടെ അഭിപ്രായവും ശ്രദ്ധേയമാണ്.

ജ്യേഷ്ഠൻ സ്വയം പഠിക്കാൻ തുടങ്ങിയ എണ്ണച്ചായം എഴുത്തിലെ സംശയങ്ങൾ തീർത്തുകൊടുക്കുവാൻ ആരും തന്നെ ഉണ്ടായിരു ന്നില്ല. കലയിൽ ആവേശം നിറഞ്ഞ ആ സന്ദർഭങ്ങളിൽ അദ്ദേഹ ത്തിന് സ്വന്തമായുള്ള പരിശ്രമമല്ലാതെ ഗുരുക്കന്മാർ ആരും ഉണ്ടാ യിരുന്നില്ലെന്നാണ് എന്റെ അറിവ്. വിശാഖം തിരുനാളിന്റെ ആശ്രി തനായ രാമസ്വാമി നായിക്കർ ഒന്നും പറഞ്ഞുകൊടുക്കുകയില്ലാ യിരുന്നു. അക്കാലത്ത് ചിത്രമെഴുത്ത് ആറുമുഖംപിള്ള എന്നൊരു രാൾ തിരുവനന്തപുരത്തുണ്ടായിരുന്നു. പകൽ ജ്യേഷ്ഠനെ കാണാൻ പോയാൽ നായിക്കരുടെയും മറ്റും കോപമുണ്ടാകുമെന്ന് ഭയന്ന് അയാൾ രാത്രികാലങ്ങളിലാണ് മൂടത്തു മഠത്തിൽ ചെന്നിരുന്ന ത്. കിളിമാനൂർ കൊട്ടാരത്തിൽ വന്ന് ഞാൻ ആറുമുഖൻ പിള്ളയെ കണ്ടിട്ടുണ്ട്.

എണ്ണച്ചായ രചനയിൽ ആറുമുഖൻപിള്ള പകർന്നു നല്കിയ അറിവ് രവിവർമ്മയുടെ സംശയങ്ങൾക്ക് പൂർണ്ണമായ പരിഹാരമായില്ലങ്കിലും ഒര ത്ഭുതപ്രതിഭാസമായി അദ്ദേഹത്തിന്റെ ആദ്യകാല ചിത്രങ്ങൾ—കഠിനമായ പരിശ്രമവും ആത്മവിശ്വാസത്തോടെയുള്ള പരിശീലനവുമായിരുന്നു രവി വർമ്മയുടെ വിജയത്തിന് പിന്നിലെ ഘടകങ്ങൾ. വരച്ച ചിത്രങ്ങളൊക്കെ ഏവർക്കും ഇഷ്ടമാവുകയും ചെയ്തു.

3

എണ്ണച്ചായത്തിന്റെ മാസ്മരിക ലോകത്തിൽ

രവിവർമ്മയുടെ വിവാഹം ആചാരപ്രകാരം 1866 ലാണ് നടന്നത്. അമ്മാവൻ രാജരാജവർമ്മയും മറ്റ് കുടുംബാംഗങ്ങളും ആലോചിച്ച് തീരു മാനിച്ചായിരുന്നു വിവാഹം. മാവേലിക്കര രാജകുടുംബത്തിലെ പൂരുരു ട്ടാതി തിരുനാൾ തമ്പുരാട്ടിയായിരുന്നു വധു. ചിത്രരചനയിൽ തല്പരയ ല്ലാത്ത തമ്പുരാട്ടിക്ക് മുഴുവൻ സമയവും ചിത്രരചനയിൽ മുഴുകിക്കഴി ഞ്ഞിരുന്ന ഭർത്താവിനെ വേണ്ടത്ര ഉൾക്കൊള്ളാനായില്ല എന്നത് പില്ക്കാല ചരിത്രം. വിവാഹശേഷം വധൂഗൃഹമായ മാവേലിക്കരയിലും തിരുവനന്തപുരത്തുമായി മാറി മാറി താമസിച്ചുകൊണ്ട് അദ്ദേഹം ചിത്ര രചനയിൽ സജീവമായി. ധാരാളം യാത്രകളും അദ്ദേഹം അക്കാലത്തു നടത്തിയിട്ടുള്ളതായി രേഖകളിൽ കാണുന്നുണ്ട്. ചിലപ്പോൾ ഭാര്യാസ മേതനായും യാത്രകൾ നടത്തിയിരുന്നു.

1868 ൽ തിയോഡർ ജൻസൺ എന്ന ഡച്ചുചിത്രകാരൻ വൈസ്രോ യിയുടെ കത്തുമായി തിരുവിതാംകൂർ കൊട്ടാരത്തിലെത്തി ആയില്യം തിരുനാളിന്റെ ആതിഥ്യം സ്വീകരിച്ചു. അക്കാലത്ത് പ്രശസ്തരും അല്ലാ ത്തവരുമായ നിരവധി ചിത്രകാരന്മാർ ഭാരതത്തിലെത്തി നാട്ടുരാജ്യങ്ങൾ സന്ദർശിക്കുകയും രാജാക്കന്മാരുടെയും പ്രഭുക്കന്മാരുടെയും ചായാചി ത്രങ്ങൾ വരച്ചുനല്കി പണം സ്വരൂപിക്കുകയും വിദേശചിത്രകാരന്മാരെ ക്ഷണിച്ചുവരുത്തി ചിത്രരചന നടത്തുന്നരീതിയും അന്ന് നിലനിന്നിരു ന്നു. രാജാക്കന്മാരുടെ ചായയചിത്രം, ചിത്രം വരയ്ക്കാനുള്ള ഉദ്ദേശ്യത്തോടു കൂടിയാണ് തിയോഡർ ജൻസൺ തിരുവിതാംകൂറിലെത്തിയത്. ആയില്യം തിരുനാൾ ചില എണ്ണച്ചായചിത്രങ്ങൾ വരയ്ക്കുവാൻ ഈ ഡച്ചുചിത്രകാരനെ ഏല്പിക്കുകയുണ്ടായി. കൂട്ടത്തിൽ രവിവർമ്മയ്ക്ക് എണ്ണച്ചായത്തിൽ കൂടുതൽ പരിശീലനം നല്കാൻ ഇദ്ദേഹത്തെ നിയോ

ഗിക്കാമെന്നും അദ്ദേഹം മനസ്സിൽ തീരുമാനിച്ചിരുന്നു. അങ്ങനെ തിയോ
ഡർ ജൻസൺ എന്ന ചിത്രകാരനെ കൊട്ടാരത്തിൽ താമസിപ്പിച്ചുകൊണ്ട്
ആദ്യം ചില കുടുംബ ചിത്രങ്ങൾ വരയ്ക്കാൻ ഏർപ്പാടു ചെയ്തു. ആ
ദിവസങ്ങൾക്കിടയിൽ ആയില്യം തിരുനാൾ മഹാരാജാവ് തിയോഡർ
ജൻസണോട് രവിവർമ്മയെക്കുറിച്ച് പറയുകയും രവിവർമ്മ വരച്ച ചില
ചിത്രങ്ങൾ ജൻസണെ കാണിക്കുകയും ചെയ്തു. രവിവർമ്മയുടെ ചിത്ര
ങ്ങളെ ജൻസൺ അത്ഭുതത്തോടെയാണ് സമീപിച്ചത്. എണ്ണച്ചായ ചിത്ര
ങ്ങളുടെ ചില ടെക്നിക്കുകൾ മാത്രമേ രവിവർമ്മക്ക് ഇനി ആവശ്യമു
ള്ളുവെന്നും കഴിവുറ്റ കലാകാരനാണ് രവിവർമ്മയെന്ന് മനസ്സിലാക്കു
കയും ചെയ്ത ജൻസൺ എണ്ണച്ചായത്തിന്റെ വർണ്ണപ്രയോഗത്തെപ്പറ്റി
കൂടുതൽ പഠിപ്പിക്കുവാൻ തയ്യാറായില്ല. ചിത്രരചനയുമായി ബന്ധപ്പെട്ട
തൊഴിൽരഹസ്യങ്ങളാണവയെന്നും അത് പഠിപ്പിക്കുവാനാവില്ലെന്നും
ജൻസൺ മഹാരാജാവിനെ ധരിപ്പിച്ചു. പകരം തന്റെ പണിപ്പുരയിലെത്തി
ചിത്രം വരയ്ക്കുന്നതു നോക്കിക്കാണാൻ അവസരം നല്കാമെന്ന്
ജൻസൺ മഹാരാജാവിനെ അറിയിക്കുകയും ചെയ്തു. മഹാരാജാവിന്റെ
താല്പര്യപ്രകാരം ജൻസൻ ചിത്രം വരയ്ക്കുന്നതു കാണാൻ രവിവർമ്മ
എത്താറുണ്ടായിരുന്നു. എന്നാൽ എണ്ണച്ചായ രചനയിലെ കാര്യമായ
സാങ്കേതികരീതികളൊന്നും (ടെക്നിക്) ജൻസണിൽ നിന്ന് രവി
വർമ്മയ്ക്ക് മനസ്സിലാക്കാനുണ്ടായിരുന്നില്ല. താൻ ആറുമുഖൻപിള്ളയിൽ
നിന്ന് മനസ്സിലാക്കിയ എണ്ണച്ചായരചനാപാഠങ്ങളും പരിശീലനവും
കൊണ്ട് രവിവർമ്മ വരക്കുന്ന എണ്ണച്ചായചിത്രങ്ങൾ തിയോഡർ
ജൻസൺന്റെ ചിത്രങ്ങളെക്കാൾ മികച്ചവയായിരുന്നു. രവിവർമ്മയുടെയും
ജൻസൺന്റെയും ചിത്രങ്ങൾ കണ്ട മഹാരാജാവിന് രവിവർമ്മയിലുള്ള
വിശ്വാസം വർദ്ധിക്കുകയാണുണ്ടായത്. രവിവർമ്മ തന്റേതായ രചനാ
ശൈലിയും സങ്കേതങ്ങളിലുമൂന്നിനിന്ന് എണ്ണച്ചായ രചനയിൽ സജീവ
മായിക്കൊണ്ടിരുന്നു. മൂന്നുവർഷക്കാലം തിയോഡർ ജൻസൺ തിരുവി
താംകൂർ രാജ്യത്തുണ്ടായിരുന്നു. ഛായാചിത്രങ്ങളടക്കമുള്ള ചില ചിത്ര
ങ്ങൾ കൊട്ടാരത്തിലേക്ക് അദ്ദേഹം വരച്ചുകൊടുക്കുകയും ചെയ്തു.

ബക്കിങ്ഹാം പ്രഭുവായിരുന്നു അന്നത്തെ മദ്രാസ് ഗവർണർ. അദ്ദേ
ഹത്തിന്റെ ഛായാചിത്രം വരയ്ക്കാനുള്ള അവസരം രവിവർമ്മയ്ക്കു ലഭി
ച്ചു. നിരവധി പാശ്ചാത്യചിത്രകാരന്മാരുടെ ചിത്രങ്ങളാൽ അലങ്കരിക്ക
പ്പെട്ട മദ്രാസ് ഗവൺമെന്റ് മന്ദിരത്തിൽ അങ്ങനെ രവിവർമ്മ വരച്ച ച്ചായ
ചിത്രവും ഇടം നേടി. ഈ ഛായാചിത്രം വരയ്ക്കുന്നതിന് കുറച്ചുനാൾ
മുമ്പ് ബക്കിങ്ഹാം പ്രഭു തിരുവിതാംകൂർ സന്ദർശിച്ചവേളയിൽ രവി
വർമ്മയുടെ ചിത്രങ്ങൾ കാണുവാൻ ചിത്രശാലയിലെത്തിയിരുന്നു. അന്ന്
രവിവർമ്മ സ്കെച്ച് ചെയ്ത അദ്ദേഹത്തിന്റെ രൂപമായിരുന്നു എണ്ണച്ചായ
ത്തിൽ വരച്ച് നല്കിയത്. ചിത്രത്തിന്റെ അനാഛാദന ദിവസം നിരവധി
പാശ്ചാത്യ ചിത്രകാരന്മാരും കലാസ്വാദകരും പത്രപ്രതിനിധികളും പൗര
പ്രമുഖരും പങ്കെടുത്തിരുന്നു. അവരെല്ലാം രവിവർമ്മയുടെ ഈ ഛായാ

ചിത്രരചനയെ പ്രശംസിച്ചു. പല വിദേശ ചിത്രകാരന്മാരുടെ രചനകളെ ക്കാൾ മുന്നിലാണ് ഭാരതീയനായ രവിവർമ്മയുടെ ഈ രചനയെന്നും അവർ വിലയിരുത്തി. ബക്കിങ്ഹാം പ്രഭു തന്നെ രവിവർമ്മ വരച്ച തന്റെ ച്ഛായാചിത്രത്തെ കുറിച്ച് ഇങ്ങനെ പറഞ്ഞിരിക്കുന്നു. "സ്വദേശത്തും വിദേ ശത്തുമായി നിരവധി ചിത്രകാരന്മാർക്ക് മുന്നിൽ മോഡലായി ഞാൻ ഇരു ന്നുകൊടുത്തിട്ടുണ്ടെങ്കിലും പൂർണ്ണ തൃപ്തനായത് ഇപ്പോഴാണ്. രവി വർമ്മയുടെ ചിത്രത്തിനുള്ള സ്വാഭാവികതയോ നിറങ്ങളുടെ സൗന്ദര്യമോ മുൻപ് പലരും വരച്ച ചിത്രങ്ങൾക്കില്ലായിരുന്നു."

ഏഴുവർഷക്കാലത്തെ തിരുവനന്തപുരത്തെ താമസക്കാലത്ത് ചിത്ര കലാസംബന്ധിയായ പ്രകൃതി-മനുഷ്യരൂപപഠനങ്ങളിൽ രവിവർമ്മ സജീ വമായിരുന്നതോടൊപ്പം എണ്ണച്ചായരചനകളിൽ കൂടുതൽ ശ്രദ്ധപതിപ്പി ച്ചിരുന്നു. എണ്ണച്ചായ രചനയിൽ പല വ്യക്തികളിൽ നിന്നുള്ള അറിവു കൾ ക്രോഡീകരിച്ചുകൊണ്ട് താൻ മനസ്സിലാക്കിയ പാശ്ചാത്യരചനാരീ തികളിൽ നിന്ന് വ്യത്യസ്തമായി പരിഷ്കാരങ്ങളും പരീക്ഷണങ്ങളും നടത്തി പുതിയൊരു ശൈലി സ്വരൂപിക്കുവാനും അദ്ദേഹത്തിന് കഴിഞ്ഞു. വസ്തുവിന്റെ രൂപരേഖകൾ മറച്ചുകൊണ്ട് നിറങ്ങളിലൂടെ വസ്തുവിന്റെ സ്വഭാവം ആവാഹിച്ച് ചിത്രതലത്തിന് പൂർണ്ണത പകരുന്ന 'രവിവർമ്മ ശൈലി' അദ്ദേഹം ആസ്വാദകർക്ക് മുന്നിൽ ആവിഷ്ക്കരിച്ചു. ആസ്വാദ കർ അതേ അർത്ഥത്തിൽതന്നെ ചിത്രങ്ങൾ സ്വീകരിക്കുകയും ചെയ്തു.

വിശ്രമവേളകളിലെ വിനോദമായിട്ടാണ് ചിത്രരചനയും മറ്റ് കലാരൂ പങ്ങളും രാജകൊട്ടാരങ്ങളിൽ സ്ഥാനം പിടിക്കാറുള്ളത്. അതിലുപരി ചിത്രരചന ജീവിതത്തിന്റെ ഭാഗമായി സ്വീകരിച്ച്, ചിത്രരചനയിൽ സജീ വമാകുന്നവർ ഇക്കൂട്ടത്തിൽ ഇല്ലാതിരുന്ന കാലത്താണ് രവിവർമ്മ തന്റെ ജീവിതം ചിത്രകലയ്ക്കായി ഉഴിഞ്ഞു വയ്ക്കാൻ തീരുമാനിക്കുന്നത്. ആ തീരുമാനത്തിന്റെ ഭാഗമായി ആവേശവും ആത്മവിശ്വാസവും നിറഞ്ഞ മനസ്സോടെ മൂകാംബിക ക്ഷേത്രത്തിലെത്തി സരസ്വതീ ദർശനം നട ത്താൻ രവിവർമ്മ ആഗ്രഹിച്ചു. 1870 ആഗസ്തിൽ രവിവർമ്മയും ചില കുടുംബാംഗങ്ങളും സേവകനുമടക്കം നാലുപേരോടൊപ്പമാണ് മൂകാം ബികയിലേക്ക് തിരിച്ചത്. ഇന്നത്തെ യാത്രാസൗകര്യങ്ങളൊന്നുമില്ലായി രുന്ന അന്ന് ഏറെ കഷ്ടപ്പെട്ടായിരുന്നു യാത്രയെന്ന് ഡയറിക്കുറിപ്പുകൾ വ്യക്തമാക്കുന്നു. പ്രകൃതിയിലെയും മനുഷ്യരിലെയും വൈവിധ്യങ്ങൾ കണ്ടറിഞ്ഞ് കാൽനടയായി യാത്രചെയ്യുന്നതിലായിരുന്നു രവിവർമ്മയ്ക്കു താല്പര്യം. മനസ്സിൽ പതിയുന്ന കാഴ്ചകൾ ഡയറിയിൽ രേഖാചിത്ര ങ്ങളാക്കി. അങ്ങനെ ജലമാർഗ്ഗം വള്ളത്തിലും, കരമാർഗ്ഗം വില്ലുവണ്ടി യിലും, കാൽനടയായും ദിവസങ്ങളോളം യാത്രചെയ്താൻ സംഘം മൂകാംബിക ദേവീസന്നിധിയിലെത്തിയത്. പുഴയോരങ്ങൾ, കാട്, മലനി രകൾ ഇവയൊക്കെ കടന്നുള്ള മൂകാംബികയാത്ര തന്റെ കലാചിന്ത കൾക്ക് പുതിയൊരനുഭവമായിട്ടാണ് രവിവർമ്മക്ക് തോന്നിയത്. പ്രകൃ തിയുടെ ഭിന്നഭാവങ്ങൾ രവിവർമ്മചിത്രങ്ങളിൽ പലപ്പോഴായി സ്ഥാനം

പിടിച്ചിട്ടുണ്ട്. ചില ച്ഛായാചിത്രങ്ങളുടെ പശ്ചാത്തലക്രമീകരണങ്ങളിലും പ്രകൃതിയുടെ സാന്നിദ്ധ്യം രവിവർമ്മ പകർത്തിയിരിക്കുന്നു. പ്രകൃതിപ് നങ്ങളുടെ സൂക്ഷ്മാംശങ്ങൾ പൊതുവേ രവിവർമ്മയുടെ മിക്ക ചിത്രങ്ങ ളിലും ദർശിക്കാവുന്നതാണ്. ഇലകളും പൂക്കളും വരയ്ക്കുമ്പോൾ അവ യുടെ സ്വഭാവം നഷ്ടമാകാതെയുള്ള യഥാതഥമായ രൂപവർണ്ണപ്രയോ ഗവും ശ്രദ്ധേയം. മൂകാംബികയാത്രയിൽ പ്രകൃതിയിലെ ഇത്തരം രൂപ ങ്ങളുടെ സ്കെച്ചുകൾ രവിവർമ്മ ധാരാളം തയ്യാറാക്കിയിരുന്നത് പില്ക്കാല രചനകൾക്ക് സഹായകമായിട്ടുണ്ട്. അങ്ങനെ കാടും മേടും കടന്നുള്ള ദീർഘദൂരയാത്ര പ്രകൃതിയെ പഠിക്കാനും അറിയാനും കഴി ഞ്ഞു എന്നുപറയുന്നതാവും ശരി. ഒപ്പം ധാരാളം ശ്ലോകങ്ങളും യാത്ര ക്കിടയിൽ രവിവർമ്മ എഴുതുകയുണ്ടായി.

വിദ്യാദേവതയായ സരസ്വതീദേവിയെ ദർശിച്ച് നാല്പത്തിയൊന്നു ദിവസത്തെ ഭജനയ്ക്കും ശേഷമാണ് രവിവർമ്മയും സംഘവും മൂകാംബി കയിൽ നിന്ന് മടങ്ങിയത്. മടക്കയാത്രയിൽ കൈയിൽ കരുതിയിരുന്ന പണം നഷ്ടമായി. അങ്ങനെ കാസർഗോഡ്, കോഴിക്കോട് എന്നീ സ്ഥല ങ്ങളിൽ തങ്ങിയാണ് സംഘം യാത്ര തുടർന്നത്. കോഴിക്കോട്ടുള്ള ചില സൗഹൃദങ്ങൾ രവിവർമ്മയെ ചിത്രരചനയിലേക്കും പ്രേരിപ്പിച്ചു. കാസർഗോഡ് ക്ഷേത്രത്തിലെ പൂജാരിയുടെയും കോഴിക്കോട് സബ് ജഡ്ജിയായ പാലാട്ട് കൃഷ്ണമേനോന്റെയും അതിഥിയായും അദ്ദേഹം താമസിച്ചു. കോഴിക്കോട്ടുള്ള ചില സുഹൃത്തുക്കളുടെ നിർബ്ബന്ധത്തിന് വഴങ്ങി പാലാട്ട് കൃഷ്ണമേനോന്റെ ച്ഛായാചിത്രം രവിവർമ്മ വരയ്ക്കാൻ തുടങ്ങി. ഏതാനും ദിവസങ്ങൾ കൊണ്ട് ച്ഛായാചിത്രം പൂർത്തിയായി. രവിവർമ്മക്ക് കൃഷ്ണമേനോൻ പ്രതിഫലംസമ്മാനിച്ച് ആദരിക്കുകയും ചെയ്തു. ചിത്രരചനയ്ക്ക് അദ്ദേഹത്തിന് ലഭിക്കുന്ന ആദ്യത്തെ പ്രതി ഫലമായിരുന്നു അത്. വീണ്ടും സംഘം യാത്രതുടർന്ന് വൈകാതെ കിളി മാനൂരിൽ തിരിച്ചെത്തി. അന്ന് യാത്രാസംഘത്തിലുണ്ടായിരുന്ന കിളിമാ നൂർ സ്വദേശിയായ അയ്യപ്പൻപിള്ളയായിരുന്നു രവിവർമ്മയുടെ അവസാ നകാലം വരെ ഉറ്റമിത്രവും സേവകനുമായി കഴിഞ്ഞത്. ചിത്രരചനയ്ക്ക് സ്കെച്ചുബുക്കും പെൻസിലും എടുത്തുകൊടുക്കുന്നതുമുതൽ ചിത്ര ചനക്കാവശ്യമായ എല്ലാ തയ്യാറെടുപ്പുകളും അറിഞ്ഞ് ഇടപെടാൻ അയ്യ പ്പൻപിള്ള എന്നും ശ്രദ്ധിച്ചിരുന്നു.

യാത്രകഴിഞ്ഞെത്തിയ രവിവർമ്മ കുറച്ചുനാൾ കിളിമാനൂരിലും വധു ഗൃഹമായ മാവേലിക്കരയിലും കഴിഞ്ഞു. തന്റെ കലാവികാസത്തിനും പഠനത്തിനും തിരുവനന്തപുരമാണ് നല്ലതെന്നും ആയില്യം തിരുനാളിന്റെ സാമീപ്യം, കവികളും കലാകാരന്മാരും കുടുംബസദസുമൊക്കെ അതിനു പ്രയോജനമാകുമെന്നുമുള്ള തിരിച്ചറിവോടെ രവിവർമ്മ പത്നീസമേത നായി തിരുവനന്തപുരത്തു താമസമാക്കി. രവിവർമ്മയുടെ കലയിലും ജീവിതത്തിലും സന്തോഷവും സമാധാനവും നിറഞ്ഞ വർണ്ണാഭമായ ദിനങ്ങളായിരുന്നു 1870-73 കാലം. കലാരംഗത്ത് കൂടുതൽ ഉയർച്ചയോടെ

ഭാര്യയോടും കുടുംബാംഗങ്ങളോടൊത്തുമുള്ള അക്കാലത്തെ ജീവിതം ഐശ്വര്യപൂർണ്ണമായിരുന്നതായി ചില കുറിപ്പുകൾ വ്യക്തമാക്കുന്നു. ഒരു യഥാർത്ഥ കലാകാരൻ ആഗ്രഹിക്കുന്ന സമാധാനവും സന്തോഷവും രവിവർമ്മയുടെ ജീവിതത്തിൽ പിന്നീടൊരിക്കലും പൂർണ്ണമായി ഉണ്ടാ യിട്ടില്ലെന്ന് അനുജന്റെയും മകന്റെയും ഡയറിക്കുറിപ്പുകളും സൂചിപ്പി ക്കുന്നുണ്ട്.

ആയില്യം തിരുനാളിന്റെ രാജസദസ്സിൽ കലാസാംസ്കാരിക ഭര ണരംഗങ്ങളിലെ പ്രമുഖർ സമ്മേളിച്ചിരുന്നു. പണ്ഡിതൻ, സംഗീതപ്രതി ഭകൾ, കഥകളി ആചാര്യന്മാർ, നർത്തകർ എന്നിവരുടെ സാന്നിദ്ധ്യം മിക്ക പ്പോഴുമുണ്ടായിരുന്നു. ഇത്തരം പ്രധാന വേളകളിലൊക്കെ രവി വർമ്മയ്ക്കും പ്രത്യേക ക്ഷണമുണ്ടാകും. കലകളെയും കലാകാരന്മാ രെയും പ്രോത്സാഹിപ്പിക്കുകയും സംരക്ഷിക്കുകയും ചെയ്തിരുന്ന ആയില്യം തിരുനാളിന്റെ ഭരണകാലം തിരുവിതാംകൂറിന്റെയും സുവർണ്ണ കാലമായിരുന്നു- ഒരർത്ഥത്തിൽ രവിവർമ്മയുടെയും. ആയിടയ്ക്കാണ് ആയില്യംതിരുനാളിന്റെയും പത്നിയുടെയും ഛായാചിത്രങ്ങൾ രവിവർമ്മ വരച്ചു നല്കിയത്. പാശ്ചാത്യ ചിത്രകാരന്മാരുടെ രചനാരീതിയേക്കാൾ മികച്ചതായിരുന്നു രവിവർമ്മയുടെ ചിത്രങ്ങൾ. പ്രത്യേകിച്ച് തൊട്ടുമുമ്പ് തിയോഡർ ജൻസൺ വരച്ച ഛായാചിത്രങ്ങളെക്കാൾ സ്വാഭാവികതയും നിറച്ചേരുവകളുടെ സൗന്ദര്യവും കൊണ്ട് രവിവർമ്മ ചിത്രം ശ്രദ്ധേയമാ യി. അങ്ങനെ ആയില്യം തിരുനാൾ മഹാരാജാവും മറ്റ് രാജകുടുംബാം ഗങ്ങളും രവിവർമ്മയുടെ ചിത്രങ്ങളിൽ കൂടുതൽ വിശ്വാസമർപ്പിക്കുകയും മഹാരാജാവ് യുവചിത്രകാരനായ രവിവർമ്മയ്ക്ക് വീരശൃംഖല സമ്മാ നമായി നല്കി ആദരിക്കുകയും ചെയ്തു. പ്രധാനപ്പെട്ട ഈ രാജകീയ ബഹുമതികൾ രവിവർമ്മയുടെ ആരാധകരും കലാസ്വാദകരും രാജാവി നോട് സന്തോഷമറിയിക്കുകയും രവിവർമ്മക്ക് 'ചിത്രമെഴുത്ത് തമ്പുരാൻ' എന്നൊരു വിളിപ്പേർ അവർ സമ്മാനിക്കുകയുമുണ്ടായി. ചിത്രകലയിൽ താല്പര്യമുള്ളവരും അല്ലാത്തതുമായ നാട്ടുകാർ മൂടത്തുമഠത്തിലെത്തി രവിവർമ്മ വരച്ച ചിത്രങ്ങൾ കാണുമായിരുന്നു. അദ്ദേഹമവരെ മടികൂ ടാതെ സ്വീകരിക്കുകയും ചെയ്തിരുന്നു.

1873 ൽ മദ്രാസിൽ വച്ച് ആദ്യമായി ലോകചിത്രരചനാമത്സരം സംഘ ടിപ്പിക്കുന്ന വാർത്ത തിരുവിതാംകൂറിലുമെത്തി. വിവരമറിഞ്ഞ ആയില്യം തിരുനാൾ മഹാരാജാവ് ചിത്രരചനാ മത്സരത്തിൽ പങ്കെടുക്കുവാൻ രവി വർമ്മയോട് ആവശ്യപ്പെടുകയും വേണ്ട പ്രോത്സാഹനം നല്കുകയും ചെയ്തു. ചിത്രരചനാ മത്സരത്തിൽ പങ്കെടുക്കുവാൻ രവിവർമ്മയ്ക്ക് താല്പര്യമുണ്ടായിരുന്നുവെങ്കിലും ഏതു ചിത്രമാണയക്കേണ്ടതെന്ന ആശങ്കയും, ആദ്യമായി മത്സരത്തിൽ പങ്കെടുക്കുന്നതിന്റെ പരിചയക്കു റവും മനസ്സിനെ വല്ലാതെ അലട്ടിയിരുന്നു. കൊട്ടാരം ഗ്യാലറിയിലെ തന്റെ ചിത്രങ്ങളിൽ നിന്നും നല്ലതൊന്ന് മത്സരത്തിനായി തിരഞ്ഞെടുക്കുന്ന തിൽ രവിവർമ്മയ്ക്ക് ആശയക്കുഴപ്പമുണ്ടായി. പാശ്ചാത്യചിത്രകാരന്മാർ

ധാരാളമായി പങ്കെടുക്കുന്ന മത്സരത്തിന്റെ പ്രത്യേകതയും അവരുടെ രച
നാരീതികളിലെ ശൈലിസങ്കേതങ്ങളെയും കുറിച്ച് ധാരണയുള്ള രവി
വർമ്മ പുതിയൊരു ചിത്രം മത്സരത്തിനയക്കാൻ തീരുമാനിച്ചു. അത് കേര
ളത്തനിമയുൾക്കൊള്ളുന്നതും മനുഷ്യരൂപത്തിന് പ്രാധാന്യമുള്ള ചിത്ര
വുമാവണമെന്നുള്ള ധാരണയോടെ ചിത്രരചന ആരംഭിച്ചു. രണ്ടുമാസ
ത്തിനകം ചിത്രം പൂർത്തിയായി - *പിച്ചിപ്പൂ ചൂടിയ മലയാളി പെൺകൊടി*
എന്നാണ് രവിവർമ്മ ചിത്രത്തിന് നല്കിയ അടിക്കുറിപ്പ്. സ്ത്രീ സൗന്ദ
ര്യത്തിന്റെ കേരളീയ സാന്നിദ്ധ്യമായിരുന്നു പ്രസ്തുത ചിത്രം. കേരളീയ
പാരമ്പര്യത്തനിമ നിലനിറുത്തുന്ന വേഷവിധാനങ്ങളും നമ്മുടെ സംസ്കാ
രത്തിലൂന്നിയ ആടയാഭരണങ്ങളും അണിഞ്ഞൊരുങ്ങലുമൊക്കെ ചേർന്ന
മലയാളക്കരയുടെ ഈ ചിത്രം ഏവരുടെയും മനം കവർന്നു. ആയില്യം
തിരുനാളിനും കുടുംബാംഗങ്ങൾക്കും ചിത്രം ഏറെ ഇഷ്ടമായി. ചിത്രശാ
ലയിൽ ഉണ്ടായിരുന്ന ഒരു ചിത്രവും പുതിയ ചിത്രവും ചേർത്ത് രണ്ടു
ചിത്രങ്ങളാണ് മദിരാശിയിലെ മത്സരത്തിലേക്കയച്ചത്. ചിത്രങ്ങൾ അയ
ക്കുന്നതുമായി ബന്ധപ്പെട്ട എല്ലാ നടപടിക്രമങ്ങളും കൊട്ടാരത്തിൽ
നിന്നാണ് സ്വീകരിച്ചത്. തിരുവിതാംകൂർ യുവരാജാവ് വിശാഖം തിരു
നാളിന്റെ ആശ്രിതനായ രാമസ്വാമിനായിക്കരും മദ്രാസിലെ മത്സരത്തിന്
ചിത്രങ്ങൾ അയച്ചിരുന്നു. മദ്രാസ് പ്രദർശനം കാണണമെന്നുള്ള
ആഗ്രഹം രവിവർമ്മ മഹാരാജാവിനെ അറിയിച്ചു. വിവിധ രാജ്യങ്ങളിൽ
നിന്നുള്ള വിദേശ ചിത്രകാരന്മാരുടെ രചനാരീതികളും ശൈലികളും
കണ്ടു മനസ്സിലാക്കാൻ ലഭിക്കുന്ന അവസരമായി രവിവർമ്മ മദ്രാസിലെ
പ്രദർശനത്തെ കാണുകയായിരുന്നു. ആയില്യം തിരുനാൾ മഹാരാജാവ്
മദ്രാസ് ദിവാൻ ആർ രഘുനാഥറാവുവിന് ഒരു കത്തുകൂടി നല്കിയാണ്
രവിവർമ്മയെ മദ്രാസിലേക്കയച്ചത്.

മദ്രാസിലെ ഗവർണർ റോബർട്ട് പ്രഭുവായിരുന്നു പ്രദർശനത്തിന്റെ
നടത്തിപ്പുകാരനും രക്ഷാധികാരിയും. വിദേശരാജ്യങ്ങളിൽ നിന്നുള്ള പ്രശ
സ്തരായ ചിത്രകാരന്മാർ മദ്രാസിലെ ലോകചിത്രരചനാ മത്സരത്തിലേക്ക്
ചിത്രങ്ങളയിച്ചിരുന്നു. പാശ്ചാത്യ ചിത്രകാരന്മാരുടെ ചിത്രങ്ങളായിരുന്നു
കൂടുതലും. വിധികർത്താക്കളുടെ തീരുമാനത്തിനും മാറ്റമുണ്ടായില്ല. ഇരു
പത്തഞ്ചുകാരനായ രവിവർമ്മയുടെ *പിച്ചിപ്പൂ ചൂടിയ മലയാളി
പെൺകൊടി* തന്നെയാണ് മികച്ച ചിത്രമെന്ന് വിധികർത്താക്കൾ ഏക
കണ്ഠമായി അഭിപ്രായപ്പെട്ടു. രവിവർമ്മ സമ്മാനം ഏറ്റുവാങ്ങുന്ന ചട
ങ്ങിൽ നിരവധി പാശ്ചാത്യചിത്രകാരന്മാർ എത്തുകയും രവിവർമ്മയുമായി
സൗഹൃദത്തിലാവുകയുമുണ്ടായി. ഈ ചിത്രപ്രദർശനത്തോടെ രവിവർമ്മ
മദ്രാസിൽ ശ്രദ്ധേയനായി. പ്രമുഖരായ കലാകാരന്മാരുടെ സ്നേഹാദര
ങ്ങളേറ്റുവാങ്ങി ഗവർണ്ണർ റോബർട്ട് പ്രഭുവിന്റെ അതിഥിയായി രണ്ടുദി
വസം അവിടെ താമസിച്ചതിനുശേഷമാണ് രവിവർമ്മ കൊട്ടാരത്തിലേക്ക്
മടങ്ങിയത്. വിശാഖം തിരുനാളിന്റെ ആശ്രിതനും, കൊട്ടാരം ചിത്രകാര
നായ രാമസ്വാമി നായിക്കരുടെ ചിത്രം മത്സരത്തിൽ പങ്കെടുത്തുവെങ്കിലും

പിച്ചിപ്പൂ ചൂടിയ മലയാളി പെൺകൊടി

അദ്ദേഹത്തിന്റെ ചിത്രം വേണ്ടത്ര ശ്രദ്ധ നേടാനായില്ല., കൊട്ടാരത്തിൽ തിരിച്ചെത്തിയ രവിവർമ്മയെ സമ്മാനങ്ങൾ നൽകിയാണ് ആയില്യം തിരുനാൾ മഹാരാജാവ് സ്വീകരിച്ചത്. രവിവർമ്മ തിരുവിതാംകൂറിന്റെ അഭിമാനമാവുകയായിരുന്നു. ഒപ്പം തൈക്കെ ഇന്ത്യയിലാകെ രവിവർമ്മയുടെ പേര് അറിയപ്പെടാൻ തുടങ്ങി. ആ വർഷം തന്നെ യൂറോപ്പിലെ വിയന്ന നഗരത്തിൽ വച്ച് മറ്റൊരു ചിത്രകലാ പ്രദർശനവും മത്സരവും നടക്കുന്ന വാർത്ത തിരുവിതാംകൂറിലും എത്തി. വാർത്തയറിഞ്ഞയുടൻ മഹാരാജാവ് രവിവർമ്മയെ മത്സരത്തിലും പ്രദർശനത്തിലും പങ്കെടുക്കാൻ നിർദ്ദേശിച്ചു.

ലോകചിത്രകലയിലുണ്ടാകുന്ന വികാസപരിണാമങ്ങളും ചിത്രകലാ പ്രസ്ഥാനങ്ങളുമൊക്കെയായി സമ്പുഷ്ടമായിരുന്നു പാശ്ചാത്യ കലാലോകം. അക്കാലത്ത് ഭാരതീയ ചിത്രകലയിൽ പുതിയ പരീക്ഷണങ്ങളോ തനതായ കലാസങ്കല്പമോ വേണ്ടത്ര പച്ചപിടിക്കാതിരുന്ന കാലമായിരുന്നു. പാശ്ചാത്യ ചിത്രകലയുടെ ചുവടുപിടിച്ചുള്ള രചനാ സമ്പ്രദായമാണ് അന്നത്തെ പല ഭാരതീയ ചിത്രകാരന്മാരും സ്വീകരിച്ചുപോന്നത്. രൂപവർണ്ണപ്രന്യാഗങ്ങളിൽപോലും അവർ പാശ്ചാത്യകലയെ അനുകരിച്ചിരുന്നു. ഈ കാലഘട്ടത്തിലാണ് ഭാരതത്തെ, തിരുവിതാംകൂറിനെ പ്രതിനിധീകരിച്ച് രവിവർമ്മ വിയന്നയിലെ ചിത്രപ്രദർശനത്തിൽ പങ്കെടുത്തത്. പല ചിത്രങ്ങളും മത്സരത്തിലേക്കയക്കാൻ തെരഞ്ഞെടുത്തു വെങ്കിലും ഒടുവിൽ മദ്രാസിൽ ഒന്നാം സ്ഥാനം നേടിയ ചിത്രംതന്നെ വിയന്നയിലേക്ക് അയക്കാൻ തീരുമാനിക്കുകയായിരുന്നു. ചിത്രരചന യുടെ പുതിയ സങ്കേതങ്ങളും ശൈലിയും നിഴലും വെളിച്ചവുമൊക്കെ ഭാരതത്തിലെ ചിത്രകാരന്മാരും പ്രയോഗിക്കുന്നുവെന്ന് തന്റെ ചിത്രത്തി ലൂടെ പാശ്ചാത്യരെ ബോദ്ധ്യപ്പെടുത്തിക്കൊടുക്കാനാവുമെന്നും രവി വർമ്മയ്ക്ക് തോന്നിയിരുന്നു. തുടക്കത്തിലുണ്ടായിരുന്ന ആശങ്കയൊക്കെ മറന്നുകൊണ്ട് *പിച്ചിപ്പൂ ചൂടിയ മലയാളി പെൺകൊടി* എന്ന ചിത്രം വിയന്നയിലെ മത്സരത്തിലേക്കയച്ചു. തിരുവിതാംകൂർ മഹാരാജാവിന്റെ അനു മതിയോടെ ദിവാനാണ് ചിത്രമയക്കുന്നതുമായി ബന്ധപ്പെട്ട നടപടികൾ സ്വീകരിച്ചത്.

ലോകരാജ്യങ്ങളിൽ നിന്നുള്ള വിഖ്യാതചിത്രകാരന്മാരുടെ രചന
കളും ഭാരതത്തിൽ നിന്ന് ബോംബെ, കൽക്കത്ത, മദ്രാസ് എന്നിവിടങ്ങ
ളിൽ നിന്നുള്ള കലാകാരന്മാരുടെ ചിത്രങ്ങളും വിയന്ന പ്രദർശനത്തിലും
മത്സരത്തിലും പങ്കെടുത്തിരുന്നു. പല ചിത്രങ്ങളും തെരഞ്ഞെടുപ്പിന്റെ
അവസാനഘട്ടത്തിൽ എത്തിയെങ്കിലും ഒടുവിൽ സമ്മാനം ലഭിച്ചത് രവി
വർമ്മയുടെ *പിച്ചിപ്പൂ ചൂടിയ മലയാളിപെൺകൊടി* എന്ന ചിത്രത്തിനാ
യിരുന്നു. ചിത്രകലാരംഗത്തെ ഏറ്റവും മുന്തിയ പുരസ്കാരമായ വിയന്ന
ചിത്രകലാപ്രദർശനത്തിലെ കീർത്തിമുദ്രയും പ്രശംസാപത്രവും രവി
വർമ്മക്ക് ലഭിച്ചു. ലോകശ്രദ്ധ ആകർഷിക്കും വിധമുള്ള ആദരവാണ്
അവിടെ അദ്ദേഹത്തിന് നല്കിയത്. ഭാരതത്തിലെ പ്രമുഖ ദേശീയ പത്ര
ങ്ങളും വിദേശമാധ്യമങ്ങളും ഏറെ പ്രാധാന്യത്തോടെ രവിവർമ്മയെക്കു
റിച്ചും അദ്ദേഹത്തിന്റെ രചനാശൈലിയെക്കുറിച്ചുമുള്ള ലേഖനങ്ങൾ
പ്രസിദ്ധീകരിച്ചു. അങ്ങനെ രവിവർമ്മയുടെ പ്രശസ്തി ലോകമെമ്പാടു
മെത്തി. തിരുവിതാംകൂറിലും അദ്ദേഹത്തിന്റെ കലാസപര്യയെക്കുറിച്ച്
നിരൂപകർ എഴുതുവാനും കലാവേദികളിൽ അറിയപ്പെടാനും തുടങ്ങി.

ആയിടയ്ക്കാണ് രവിവർമ്മ തിരുവനന്തപുരത്തുനിന്നും മാവേലിക്ക
രയിലേക്ക് താമസം മാറ്റുന്നത്. തിരുവിതാംകൂറിലെ രാഷ്ട്രീയ സാഹച
ര്യങ്ങളും രാജകുടുംബത്തിലെ ചേരിപ്പോരുമായിരുന്നു പ്രധാന കാരണം.
മഹാരാജാവായ ആയില്യംതിരുനാളും യുവരാജാവായ വിശാഖം തിരു
നാളും തമ്മിൽ നല്ല ബന്ധമായിരുന്നില്ല. യുവരാജാവായ വിശാഖം തിരു
നാളിന്റെ താല്പര്യത്തിന് വിരുദ്ധമായി അന്നത്തെ ദിവാൻ സർ ടി മാധ
വറാവുവിനെ ആയില്യം തിരുനാൾ പിരിച്ചുവിട്ടു. മഹാരാജാവിന്റെ നട
പടി വിശാഖം തിരുനാളിന് ഇഷ്ടമായില്ല. അതിനോടനുബന്ധിച്ചുള്ളപ്ര
ശ്നങ്ങളിൽ മഹാരാജാവിന് രവിവർമ്മയോടും കേരളവർമ്മ വലിയകോ
യിത്തമ്പുരാനോടും ചില തെറ്റിധാരണകൾ ഉണ്ടാവുകയും അത് രവി
വർമ്മയെ വല്ലാത്ത മാനസിക പിരിമുറുക്കത്തിലാക്കുകയും ചെയ്തു.
അതുകൊണ്ട് തന്നെ തല്ക്കാലം അദ്ദേഹം തിരുവനന്തപുരത്തു
നില്ക്കാൻ താല്പര്യം കാണിച്ചില്ലെന്നു മാത്രമല്ല പത്നീഗൃഹമായ മാവേ
ലിക്കരയിലേക്കു താമസം മാറ്റുകയുമാണുണ്ടായത്.

ഒരു വർഷക്കാലം രവിവർമ്മ മാവേലിക്കരയിൽ താമസിച്ചു. അക്കാ
ലത്ത് ശ്രദ്ധേയമായ ചില ചിത്രങ്ങൾ അദ്ദേഹംവരയ്ക്കുകയുണ്ടായി. *ഭിക്ഷ*
ക്കാരിക്ക് നാണയമിട്ടുകൊടുക്കുന്ന ചിത്രമായിരുന്നു അവയിൽപ്രധാന
പ്പെട്ടത്. അന്നത്തെ സാമൂഹ്യവ്യവസ്ഥിതികളും ചുറ്റുപാടുകളും വ്യക്ത
മാക്കുന്ന ഈ ചിത്രം ഇരുണ്ട വർണ്ണത്തിലൂടെയാണ് അവതരിപ്പിച്ചിട്ടു
ള്ളത്. സാമൂഹ്യപ്രതിബദ്ധതയുള്ള ചിത്രകാരന്റെ അന്നത്തെ മാനസി
കാവസ്ഥ പ്രതിഫലിക്കുന്ന ഈ ചിത്രത്തിലെ ഇരുണ്ട നിറചേരുവകൾ
അറിഞ്ഞോ അറിയാതെയോ ഇഴചേർന്നിരിക്കുന്നു. കുലീനവും പ്രൗഢ
വുമായ രൂപകല്പനകളിൽ വ്യത്യസ്തമാണ് ഇതിന്റെ പശ്ചാത്തലവും
ചിത്രഭാഷയും. പുരാണകഥാംശങ്ങളിലൂടെ സഞ്ചരിക്കുന്നതിനേക്കാൾ

സമകാലിക ദൃശ്യങ്ങൾ നേരനുഭവമായി വരയ്ക്കാൻ കഴിഞ്ഞതിന്റെ വിവിധ ഭാവങ്ങൾ ഈ ചിത്രങ്ങളിൽ കാണാം. *ജിപ്സികൾ, പച്ചക്കറി വില്പനക്കാരി, ലേഡി ഇൻ പ്രിസൺ* എന്നീ ചിത്രങ്ങൾ ഉദാഹരണം. കണ്ണഞ്ചിപ്പിക്കാത്ത നിറങ്ങൾ ചിത്രത്തിലെ കഥാപാത്രത്തിന്റെ ജീവിതവുമായി ഇണങ്ങിച്ചേരുന്നു. ദാരിദ്ര്യദുഃഖത്തിന്റെ ദയനീയ മുഖമാണ് ഭിക്ഷക്കാരിയിലൂടെ ആവിഷ്കരിക്കുന്നത്. ഭിക്ഷക്കാരിയുടെ രൂപനിർമ്മിതി, ഭിക്ഷ നല്കുന്ന വീട്ടമ്മയായ സ്ത്രീയുടെ മുഖത്തെ ഭാവപ്രകടനം ഇവയൊക്കെ രവിവർമ്മചിത്രങ്ങളുടെ നിറച്ചാർത്തിന് വ്യത്യസ്തമായിട്ടാണ് അവതരിപ്പിച്ചിട്ടുള്ളത്.

ദാരിദ്ര്യം പ്രമേയമാക്കി വരച്ചിട്ടുള്ള ചിത്രങ്ങളിൽ നിന്നും തികച്ചും വ്യത്യസ്ത

ലേഡി ഇൻ പ്രിസൺ

മായിരുന്നു ഈ ചിത്രമെന്ന് ആസ്വാദകർ വിലയിരുത്തുന്നു. സാധാരണക്കാരുടെ ദുഃഖം മനസ്സിലാക്കുകയും അവർക്കു ആശ്രയമാവുകയും വ്യക്തിപരമായി അ വരെ സഹായിക്കുകയും ചെയ്യുന്ന മനസ്സായിരുന്നു രവിവർമ്മയുടേത്. ആ മനസ്സിനെ തൊട്ടുകൊണ്ടുള്ള ആവിഷ്കാരമായിരുന്നു പ്രസ്തുത ചിത്രം. ഇതേവിഷയത്തിലുള്ള മറ്റൊരു ചിത്രവും പില്ക്കാലത്ത് പ്രശസ്തമായി. ദക്ഷിണേന്ത്യയിലെ ജിപ്സികളുടെ ജീവിതമാണ് ആ ചിത്രത്തിൽ കാണാനാവുന്നത്. പിഞ്ചുകുഞ്ഞിനെ മടിയിൽ കിടത്തി സംഗീതോപകരണം വായിച്ച് ദയനീയമായി പാടുന്ന സ്ത്രീ തൊട്ടടുത്ത് തെണ്ടി നടന്നുമടുത്ത ബാല്യത്തിന്റെ പ്രതീകങ്ങളായി അവരുടെ മക്കളും. പട്ടിണി മാറ്റാൻ തെരുവിലലയുന്ന ഒരു യാചക കുടുംബത്തിന്റെ മുഖങ്ങളാണ് രവിവർമ്മ യഥാതഥമായി വരച്ചുകാട്ടുന്നത്. വിശക്കുന്ന ബാല്യത്തിന്റെ ദൈന്യതയും മുഖരൂപങ്ങളിൽ പ്രകടമാവുന്നു. സ്വന്തമായി കിടപ്പാടമില്ലാത്ത ദുഃഖസംഗീതം മീട്ടുന്ന ദരിദ്ര കുടുംബത്തിൽ പുരാണകഥാചിത്രങ്ങളിലേതുപോലെ കണ്ണഞ്ചിപ്പിക്കുന്ന പശ്ചാ

ത്തലമോ നിറമോ ഇല്ല. അന്യന്റെ സമൃദ്ധിയുടെ പൂമുഖത്ത് കുറച്ചു നേരം കഴിച്ചുകൂട്ടിപ്പോകുന്ന ജിപ്സികുടുംബത്തിന്റെ ഇരുണ്ട നിറങ്ങൾ ഈ ചിത്രങ്ങളിലുടനീളം കാണാം. നിഴലും വെളിച്ചത്തിന്റെയും ഇരുണ്ട വർണ്ണങ്ങളിലൂടെയുള്ള ആശയപരമായ ഒരുൾക്കാഴ്ചയും ഈ വിഭാഗം ചിത്രങ്ങളിൽ വളരെ ശ്രദ്ധയോടെ അദ്ദേഹം അവതരിപ്പിച്ചിരിക്കുന്നു.

മാവേലിക്കരയിൽ താമസിച്ച ഒരു വർഷക്കാലത്തിനിടയ്ക്ക് ച്ചായാ ചിത്രങ്ങളടക്കം ആറോളം ചിത്രങ്ങൾ അദ്ദേഹം രചിച്ചിട്ടുണ്ട്. തീർത്തും അപ്രതീക്ഷിതമായി ഒരുദിവസം മഹാരാജാവിന്റെ ദൂതൻ കിളിമാനൂരി ലെത്തി. രവിവർമ്മയെ തിരുവനന്തപുരത്തേക്ക് ക്ഷണിക്കാനായിട്ടാണ് ദൂതൻ എത്തിയത്. മഹാരാജാവിന്റെ ക്ഷണം സ്വീകരിച്ച അദ്ദേഹം ഏതാനും ദിവസത്തിനുള്ളിൽ തിരുവനന്തപുരത്ത് വീണ്ടും താമസമാ ക്കി. 1874 ൽ മദ്രാസിൽ വീണ്ടുമൊരു ചിത്രപ്രദർശനം സംഘടിപ്പിക്കപ്പെ ട്ടു. മഹാരാജാവിന്റെ താല്പര്യം രവിവർമ്മയെ പ്രദർശനത്തിൽ പങ്കെടു ക്കുവാൻ പ്രേരിപ്പിച്ചു. *തംബുരുമീട്ടി പാടുന്ന വനിത* എന്ന ചിത്രമാണ് അദ്ദേഹം മദ്രാസിലേക്കയച്ചത്. സ്വദേശത്തും വിദേശത്തുമുള്ള നൂറുക ണക്കിന് ചിത്രകാരന്മാരുടെ രചനകളിൽനിന്ന് *തംബുരുമീട്ടി പാടുന്ന വനിത* ഒന്നാം സ്ഥാനമായ സുവർണ്ണ മുദ്ര നേടി.

1875ൽ എഡ്വേർഡ് ഏഴാമൻ ഭാരതസന്ദർശനത്തിന്റെ ഭാഗമായി മദി രാശിയിലെത്തി. നാട്ടുരാജാക്കന്മാർ വൈവിധ്യമാർന്ന സമ്മാനങ്ങളുമായി എഡ്വേർഡ് ഏഴാമനെ സ്വീകരിച്ചപ്പോൾ ആയില്യം തിരുനാൾ മഹാരാ ജാവ് രവിവർമ്മ വരച്ച ചിത്രങ്ങൾ സമ്മാനിച്ചാണ് രാജകുമാരനെ സ്വീക രിച്ചത്. അദ്ദേഹത്തിന് ലഭിച്ച സമ്മാനങ്ങളിൽ ഏറെ ഇഷ്ടമായത് രവി വർമ്മ വരച്ച ചിത്രങ്ങളായിരുന്നു. അങ്ങനെ എഡ്വേർഡ് ഏഴാമൻ രവി വർമ്മയുടെ ആരാധകനായി മാറുകയും ചെയ്തു.

ഇക്കാലത്താണ് പുരാണേതിഹാസങ്ങളിലെ കഥാസന്ദർഭങ്ങളെ ആസ്പദമാക്കി രവിവർമ്മ ചിത്രങ്ങൾ വരച്ചുതുടങ്ങുന്നത്. ചിത്രം വര യ്ക്കുന്നതിന് മുമ്പ് പുരാണവിഷയങ്ങളെക്കുറിച്ച് പണ്ഡിതന്മാരായ സുഹൃ ത്തുക്കളുമായി ചർച്ച നടത്തി രൂപരേഖ തയ്യാറാക്കിയ ശേഷമായിരുന്നു ക്യാൻവാസിലേക്കവ പകർത്തിയിരുന്നത്. രവിവർമ്മയുടെ ചിത്രരചന യിലെ പ്രധാനഘടകമായിരുന്നത് മോഡൽ (മാതൃക)സ്റ്റഡിയായിരുന്നു. രവിവർമ്മ ഉദ്ദേശിക്കുന്നതും വരയ്ക്കുന്ന കഥാപാത്രത്തിനിണങ്ങുന്നതു മായ രൂപഭാവാദികളുള്ള മോഡലുകളെ കണ്ടുപിടിച്ച് ആവശ്യാനുസര ണമുള്ള ആടയാഭരണങ്ങൾ ധരിപ്പിച്ച് ഡ്രോയിങ് (രൂപരേഖ) തയ്യാറാ ക്കുകയായിരുന്നു അദ്ദേഹത്തിന്റെ രീതി. രൂപരേഖയിൽ പൂർണ്ണത തോന്നി യാൽ മാത്രമേ വർണ്ണചിത്രരചനയിലേക്ക് രവിവർമ്മ കടക്കുമായിരുന്നു ള്ളൂ. കൊട്ടാരത്തിലെ ബന്ധുജനങ്ങളും സേവകരും സുഹൃത്തുക്കളു മൊക്കെ മണിക്കൂറുകളോളം അദ്ദേഹത്തിന് മാതൃക (മോഡൽ)യായി ഇരുന്നുകൊടുത്തിട്ടുണ്ട്. പുരാണകഥാപാത്രരചനയിൽ വേഷങ്ങളിലും

ആഭരണങ്ങളിലും നിരന്തരമായ നിരീക്ഷണവും പഠനങ്ങൾക്കും ചർച്ച കൾക്കും ശേഷമാണ് അന്തിമരൂപം അദ്ദേഹം നിശ്ചയിച്ചിരുന്നത്. പുതു മയുള്ളതും കാലഘട്ടത്തോടിണങ്ങുന്നതുമായ ആഭരണങ്ങളുടെ വൈവി ധ്യമാർന്ന മാതൃകകൾ രവിവർമ്മ ചിത്രങ്ങളുടെ പ്രത്യേകതയാണ്. വസ്ത്രങ്ങളുടെ ഡിസൈനുകളിലും അവതരണത്തിലും ഈ നിരീക്ഷണ പരീക്ഷണപാടവം അദ്ദേഹം എക്കാലവും ശ്രദ്ധിച്ചിരുന്നു. കൂടാതെ സംസ്കൃതത്തിലും കവിതയിലുമുള്ള രവിവർമ്മയുടെ അറിവ് പുരാണേ തിഹാസചിത്രങ്ങളുടെ രചനയ്ക്ക് ഏറെ സഹായിച്ചിട്ടുണ്ട്. പുരാണകഥാ സന്ദർഭങ്ങളിലെ ചിത്രങ്ങളുടെ പൂർണ്ണതയ്ക്കുള്ള കാരണവും മറ്റൊന്നല്ല.

1876 ൽ മദ്രാസിൽ നടന്ന ലോകചിത്രരചനാ മത്സരത്തിലും പ്രദർശ നത്തിലും പുരാണകഥാസന്ദർഭത്തെ ആസ്പദമാക്കിയുള്ള ചിത്രമാണ് രവിവർമ്മ അയച്ചത്. കാളിദാസന്റെ *ശാകുന്തള*ത്തിലെ ഒരു മുഹൂർത്ത മായിരുന്നു രചനയ്ക്ക് തെരഞ്ഞെടുത്തത്. പുരാണ സാഹിത്യകൃതി (കാ ളിദാസകാവ്യം) ഭാരതത്തിലാദ്യമായാണ് ചിത്രരൂപത്തിൽ എണ്ണച്ചായ ത്തിൽ അവതരിപ്പിക്കുന്നത്. പുരാണകഥാമുഹൂർത്തങ്ങൾ ക്ഷേത്ര-കൊട്ടാര ഭിത്തികളിൽ പല കാലഘട്ടങ്ങളിലും വരച്ചിട്ടുണ്ടെ ങ്കിലും അവ ആസ്വാദകരുമായി എന്നും അകലെയായിരുന്നു. അവിടെ യാണ് രവിവർമ്മയുടെ *ശകുന്തളയുടെ പത്രലേഖനം* എന്ന ചിത്രത്തിന്റെ പ്രസക്തി, മനുഷ്യജീവിതവുമായി ഇഴചേർന്ന കാഴ്ചയുടെ നവീനമാ യൊരനുഭവതലമാണ് രവിവർമ്മ സൃഷ്ടിച്ചത്.

ഈ ചിത്രം പ്രദർശനവേളയിൽ വിപുലമായി ചർച്ച ചെയ്യപ്പെട്ടു. വിദേശരാജ്യങ്ങളിൽ നിന്നെത്തിയ കലാകാരന്മാരും കലാസ്വാദകന്മാരും *ശാകുന്തള*ത്തിലെ ശകുന്തളയുടെ ആവിഷ്ക്കാരരീതിയെ മുക്തകണ്ഠം പ്രശംസിച്ചു. കാളിദാസന്റെ *ശാകുന്തള*ത്തിന് പുതിയൊരു കാഴ്ചയാണ് രവിവർമ്മ കാണിച്ചു തന്നത്. ഭാവത്തിന് പ്രാധാന്യം നല്കിയുള്ള അവ തരണം. ആശ്രമത്തിനുള്ളിലെ താമരപ്പൊയ്കയുടെ തീരത്ത് കിടക്കുന്ന ശകുന്തള, തൊട്ടടുത്ത് തോഴി, തുള്ളി നടക്കുന്ന മാൻകിടാവ്, പൊയ്ക യിൽ വിരിഞ്ഞു നില്ക്കുന്ന താമരപ്പൂക്കൾ, താമരയിലയിൽ നഖം കൊണ്ട് കുറിച്ച പ്രണയലേഖനത്തിന്റെ ഉള്ളറിയുന്ന ഭാവപ്രകടനം ശകുന്തള യുടെ മുഖത്ത്. താമരപ്പൊയ്കയിലെ വെള്ളത്തിൽ വീഴുന്ന വെളിച്ച ത്തിന്റെ തിളക്കം കൂടിച്ചേർന്നാണ് ശകുന്തളയുടെ മുഖത്തെ ഭാവതീ വ്രത വർണ്ണച്ചേരുവകളിലൂടെ ചിത്രകാരൻ പൂർണ്ണതയിലെത്തിച്ചിരിക്കു ന്നത്. രവിവർമ്മ കണ്ടെത്തിയ തന്റേതായ നിറച്ചേരുവകളും നിഴലി ന്റെയും വെളിച്ചത്തിന്റെയും സാധ്യതകളും ശ്രദ്ധേയമായി ആവിഷ്ക്ക രിച്ചിരിക്കുന്നു. കാളിദാസന്റെ ഭാവനയേക്കാൾ ഒരുപടികൂടി കടന്ന് കഥാ പാത്രത്തിനും മറ്റ് അനുബന്ധ രൂപങ്ങൾക്കും പശ്ചാത്തലരൂപനിർമ്മിതി കളിലും ഇത്രയധികം സൗന്ദര്യം ചാലിച്ചു ചേർക്കാൻ രവിവർമ്മയ്ക്കു മാത്രമേ കഴിഞ്ഞിരുന്നുള്ളുവെന്ന് കലാസ്വാദകർ അഭിപ്രായപ്പെട്ടു. *ശാകു*

ന്തളം പശ്ചാത്തലമാക്കിയ മറ്റൊരു ചിത്രമാണ് *ശകുന്തളയും തോഴിമാ
രും*. ശാകുന്തളത്തിൽ കാളിദാസന്റെ ഭാവനയിലുള്ള കഥാപാത്രത്തെയും
കഥാപശ്ചാത്തലത്തെയും പ്രകൃതിയിൽ നിന്ന് സ്വാംശീകരിച്ചെടുത്ത് അവ
തരിപ്പിക്കുന്നെങ്കിൽ രവിവർമ്മ പ്രകൃതിയും മനുഷ്യരും ഇഴചേരുന്ന ഭാവാ
വിഷ്ക്കാരത്തിനാണ് പ്രാധാന്യം നല്കിയിട്ടുള്ളത്.

മദ്രാസ് പ്രദർശനത്തിൽ ശകുന്തളയുടെ പത്രലേഖനം ചിത്രത്തി
നുതന്നെ ഒന്നാം സ്ഥാനം ലഭിച്ചു. പ്രസ്തുത ചിത്രം മദ്രാസ് ഗവർണർ
ബക്കിങ്ഹാം പ്രഭു വാങ്ങുകയും ചെയ്തു. കാളിദാസന്റെ ശാകുന്തളം
ഇംഗ്ലീഷ് പരിഭാഷ തയ്യാറാക്കിയപ്പോൾ പുസ്തകത്തിന്റെ മുഖചിത്രമായി
രവിവർമ്മ വരച്ച ഈ ചിത്രമാണ് ഉപയോഗിച്ചത്. വിവിധ പുരസ്കാരങ്ങ
ളിലൂടെ രവിവർമ്മയേയും അദ്ദേഹത്തിന്റെ ചിത്രങ്ങളേയും ഭാരതത്തി
ലുടനീളം അറിയപ്പെടാൻ തുടങ്ങി.

രവിവർമ്മയേക്കാൾ പന്ത്രണ്ട് വയസ്സിന് താഴെ പ്രായമുള്ള ഇളയ
അനുജൻ രാജരാജവർമ്മ ജ്യേഷ്ഠനെപ്പോലെ ചിത്രകലയിൽ സമർത്ഥ
നായിരുന്നു- ഒപ്പം ഭാഷാപണ്ഡിതനുമായിരുന്നു. ഇംഗ്ലീഷ് ഭാഷയിൽ
പാണ്ഡിത്യവും സംഗീതസാഹിത്യവിഷയങ്ങളിൽ അഭിരുചിയുമുള്ള കലാ
കാരനായിരുന്ന രാജരാജവർമ്മ, രവിവർമ്മയുടെ യാത്രകളിൽ എന്നും കൂടെ
യുണ്ടായിരുന്നു. ഒരുപരിധി വരെ ജ്യേഷ്ഠന്റെ കലാജീവിതത്തിലും വ്യക്തി
ജീവിതത്തിലും നിഴലായി രാജരാജവർമ്മ ഒപ്പമുണ്ടായിരുന്നു എന്നതാവും
കൂടുതൽ ശരി. സ്വന്തം ജീവിതത്തിനും കലാസാഹിത്യമേഖലകൾക്കു
മപ്പുറം ജ്യേഷ്ഠന്റെ സഹായിയായി ജീവിക്കുക എന്നതായിരുന്നു രാജരാജ
വർമ്മയുടെ ജീവിതലക്ഷ്യമെന്ന് അടിവരയിടുന്നതാണ് രാജരാജവർമ്മയുടെ
ഡയറിക്കുറിപ്പുകൾ. ഉദാഹരണമായി ഡയറിയിലെ ഈ ഭാഗം നോക്കൂ.

എനിക്ക് വളരെയധികം ജോലി ചെയ്യാനുണ്ട്. എന്റെ ജ്യേഷ്ഠനു
വേണ്ടിയുള്ള ഇംഗ്ലീഷ് എഴുത്തുകുത്തുകളെല്ലാം എനിക്ക് നടത്താ
നുണ്ട്. ചില സമയത്ത് കത്തുകൾ വളരെയധികമുണ്ടായിരിക്കും.
ഇന്ത്യയുടെ അതിർത്തിക്കുള്ളിൽ ഉത്തരദിക്കിൽ ക്വറ്റ, പെഷവാർ
എന്നിവിടങ്ങളിൽ നിന്നും തെക്കും കിഴക്കുമുള്ള കൊളമ്പ്, റംഗൂൺ
തുടങ്ങിയ ദിക്കുകളിൽ നിന്നും ഇന്ത്യക്കപ്പുറമുള്ള സ്ഥലങ്ങളിൽ നിന്നും
കത്തുകൾ വന്നുകൊണ്ടിരിക്കുന്നു. ഓരോന്നിനും മറുപടി എഴുതേ
ണ്ടത് എങ്ങനെയെന്ന് എനിക്കറിയാം. എഴുതിക്കഴിഞ്ഞതിനുശേഷം
ഞാനവയെ ജ്യേഷ്ഠന്റെ അടുത്തുകൊണ്ടുപോയി വായിച്ചു
കേൾപ്പിക്കുകയും ഒപ്പുവാങ്ങുകയും ചെയ്യുന്നു. എനിക്കു കിട്ടുന്ന
എല്ലാ വിശ്രമവേളകളെയും എനിക്ക് വളരെ പ്രിയമായ ഇംഗ്ലീഷ്
പുസ്തകങ്ങളും വർത്തമാനപത്രങ്ങളും കലാപ്രസിദ്ധീകരണങ്ങ
ളായ മാസികകളും വായിക്കാനായി ഞാൻ ചെലവിടുന്നു. ദിവ
സേന എന്റെ ജോലികൾ ചെയ്തുതീർക്കാൻ എനിക്ക് നല്ലവണം
ശ്രമിക്കേണ്ടിയിരിക്കുന്നു.

രവിവർമ്മ വരയ്ക്കുന്ന ചിത്രങ്ങളോട് ആദ്യം പ്രതികരിക്കുന്നത് രാജ രാജവർമ്മയായിരുന്നു. ചിത്രത്തിന്റെ രൂപരേഖ തയ്യാറാക്കുമ്പോൾ തന്നെ വിഷയവും ചിത്രവുമായുള്ള താദാത്മ്യത്തെക്കുറിച്ചും, ചിത്രത്തിനാവശ്യ മായ മോഡലുകളെക്കുറിച്ചും രവിവർമ്മ ചർച്ച ചെയ്തിരുന്നത് അനു ജൻ രാജരാജവർമ്മയുമായിട്ടാണ്. അതുപോലെ വിദേശചിത്രകാരന്മാരും കലാനിരൂപകരും വിദേശ പത്രപ്രതിനിധികളും എത്തുമ്പോൾ ദ്വിഭാഷി യാകുന്നതും രാജരാജവർമ്മയായിരുന്നു.

1880 മെയ് 30 തിരുവിതാംകൂറിനെ സംബന്ധിച്ച് ദുരന്തദിനമായിരു ന്നു, പ്രത്യേകിച്ച് രവിവർമ്മയ്ക്ക്. ആയില്യം തിരുനാൾ മഹാരാജാവ് നാടുനീങ്ങിയ ദിനം. രവിവർമ്മയുടെ കലാജീവിതത്തിൽ സ്വന്തം അമ്മാ വനായ രാജരാജവർമ്മയെപ്പോലെ നിറക്കൂട്ടുള്ള അനുഭവങ്ങൾ സമ്മാ നിക്കുകയും കലാരംഗത്തേക്ക് വളർച്ചയുടെ ചവിട്ടുപടികൾ ദൃഢമാക്കു കയും ചിത്രകലയുടെ ഔന്നത്യത്തിലേക്ക് കൈപിടിച്ചുയർത്തുകയും ചെയ്തത് ആയില്യം തിരുനാൾ മഹാരാജാവായിരുന്നു. മഹാരാജാവിന്റെ വേർപാടിൽ മനംനൊന്ത് കുറച്ചുനാൾ രവിവർമ്മ പുരാണപാരായണ ത്തിലും ആത്മീയ കാര്യങ്ങളിലും ശ്രദ്ധിച്ച് കഴിഞ്ഞു. ചിത്രംവരപ്പ് പൂർണ്ണ മായും ഒഴിവാക്കി. രവിവർമ്മയുമായി നല്ല ബന്ധത്തിലല്ലാതിരുന്ന യുവ രാജാവ് വിശാഖം തിരുനാൾ തിരുവിതാംകൂറിന്റെ അധികാരമേറ്റെടുത്തു. അധികാരമേറ്റ വിശാഖം തിരുനാളിന്റെ ഭരണപരിഷ്കാരങ്ങളിലൊന്ന് രവി വർമ്മയ്ക്ക് കൊട്ടാരത്തിൽ നിന്നും നല്കിവന്നിരുന്ന എല്ലാ ആനുകൂല്യ ങ്ങളും നിറുത്തലാക്കുക എന്നതായിരുന്നു. മാവേലിക്കരയിലേക്ക് താമസം മാറ്റാൻ രവിവർമ്മ തയ്യാറെടുക്കുമ്പോഴാണ് മറ്റൊരു സംഭവം കൂടി ഉണ്ടാ കുന്നത്. മദ്രാസ് ഗവർണർ ബക്കിങ്ഹാം പ്രഭു തിരുവിതാംകൂർ സന്ദർശി ക്കുന്നുണ്ടെന്നും അപ്പോൾ രവിവർമ്മയേയും അദ്ദേഹത്തിന്റെ ചിത്രശാ ലയും കാണണമെന്നും മുൻകൂട്ടി മഹാരാജാവിനെ അറിയിച്ചിരുന്നു. രാജാ വിനെ കാണുന്നതോടൊപ്പം അതേ പ്രാധാന്യത്തോടെ രവിവർമ്മയേയും കണ്ട് ആദരവ് പ്രകടിപ്പിക്കണമെന്ന ബക്കിങ്ഹാം പ്രഭുവിന്റെ ആഗ്രഹം വിശാഖം തിരുനാളിന് ഇഷ്ടമായില്ല. എങ്കിലും ഗവർണ്ണറുടെ ആവശ്യം നിരകാരിക്കാനാവാത്തതിനാൽ കുറേ ചിത്രങ്ങളുമായി കൊട്ടാരത്തിലേക്ക് വരാൻ രവിവർമ്മയോട് മഹാരാജാവ് ആവശ്യപ്പെട്ടു. ചിത്രങ്ങളുമായെ ത്തിയ രവിവർമ്മയ്ക്ക് ഗവർണ്ണർ നല്കിയ സ്നേഹവായ്പും സ്വീകര ണവും ഹൃദ്യമായിരുന്നു. രവിവർമ്മയും മദ്രാസ് ഗവർണ്ണറുമായുള്ള സൗഹൃദം ദൃഢമായെങ്കിലും വിശാഖം തിരുനാളിന് രവിവർമ്മയോടുള്ള അതൃപ്തി കൂടുകയായിരുന്നു. കൊട്ടാരത്തോടനുബന്ധിച്ചുള്ള ചിത്രശാല ഒഴിയണമെന്ന ഉത്തരവാണ് അടുത്ത ദിവസം രവിവർമ്മയ്ക്ക് ലഭിച്ചത്. ഒട്ടും വൈകാതെ രവിവർമ്മ ചിത്രശാല ഒഴിഞ്ഞുകൊടുക്കുകയും മാവേ ലിക്കര കൊട്ടാരത്തിലേക്ക് താമസം മാറുകയും ചെയ്തു.

4

ബറോഡ രാജാവിന്റെ അതിഥി

ഭാരതീയ ചിത്രകലയുടെ ചരിത്രത്തിലിടം നേടിക്കൊണ്ട് രവിവർമ്മ യുടെ പ്രശസ്തി ഭാരതത്തിലും വിദേശ രാജ്യങ്ങളിലും പ്രചരിച്ചുകൊ ണ്ടിരുന്നു. ചിത്രങ്ങൾ ആവശ്യപ്പെട്ടും, ആശംസകളായും വിദേശത്തു നിന്നും സ്വദേശത്തുനിന്നും നിരവധി കത്തുകളാണ് രവിവർമ്മയ്ക്ക് ദിവ സവും വന്നുകൊണ്ടിരുന്നത്. 1870 ൽ മദ്രാസിലും പുതുക്കോട്ടയിലും രവിവർമ്മയെ അതിഥിയായി ക്ഷണിക്കുകയുണ്ടായി. മുൻപ് തിരുവിതാം കൂറിൽ ദിവാനായിരുന്ന ശേഷയ്യാ ശാസ്ത്രി പുതുക്കോട്ട രാജാവിന്റെ ദിവാനായിരുന്നു. അദ്ദേഹത്തെ നേരത്തെ പരിചയമുണ്ടായിരുന്ന രവി വർമ്മ ആ ക്ഷണം സ്വീകരിച്ചു.

പുതുക്കോട്ട ദിവാൻ രവിവർമ്മ ചിത്രങ്ങളുടെ ആരാധകനായിരുന്നു. സ്ത്രീസൗന്ദര്യം ആലേഖനം ചെയ്യുന്നതിലുള്ള രൂപവർണ്ണഘടകങ്ങളുടെ രീതിശാസ്ത്രങ്ങൾ ശ്രദ്ധിച്ചു മനസ്സിലാക്കിയ ശേഷയ്യാ ശാസ്ത്രികൾ രവിവർമ്മ ചിത്രങ്ങൾ സ്വന്തമാക്കാൻ നേരത്തേ ആഗ്രഹിച്ചിരുന്നു. അദ്ദേഹം രവിവർമ്മയ്ക്കയച്ച നിരവധി കത്തുകൾ ചരിത്രരേഖകളായി സൂക്ഷിച്ചിട്ടുണ്ട്. ഈയൊരു സൗഹൃദത്തിന്റെ പിൻബലത്തിൽ അഞ്ചു മാസക്കാലം പുതുക്കോട്ട രാജാവിന്റെ അതിഥിയായി താമസിച്ച് ചിത്ര ങ്ങൾ വരച്ചു. അദ്ദേഹത്തോടൊപ്പം അനുജൻ രാജരാജവർമ്മയും ഉണ്ടാ യിരുന്നു. പ്രകൃതിദൃശ്യങ്ങളും, പുതുക്കോട്ട രാജാവിന്റെയും കുടുംബാം ഗങ്ങളുടെയും ഛായാചിത്രങ്ങളുമാണ് രവിവർമ്മ വരച്ചു നല്കിയത്. ഛായാചിത്രങ്ങളിൽ രവിവർമ്മ ശൈലി സ്വരൂപിച്ചു തുടങ്ങിയ കാലമായി രുന്നു അത്. ഛായാചിത്രത്തിന് മോഡലാകുന്ന വ്യക്തിയുടെ മുഖസാദൃ ശ്യത്തിന്റെ പൂർണ്ണതയോടൊപ്പം ശരീരത്തിന്റെ നിറത്തിനു നല്കുന്ന യഥാതഥമായ നിറങ്ങൾ പ്രസാദാത്മകമാക്കുവാനും അദ്ദേഹം ശ്രമിച്ചി

രുന്നു. വസ്ത്രങ്ങളുടെയും ആടയാഭരണങ്ങളുടെയും അവതരണമാണ് രവിവർമ്മയുടെ ച്ഛായാചിത്രങ്ങളുടെ മറ്റൊരു പ്രത്യേകത. വസ്ത്രങ്ങളുടെ ചുളിവുകളും പട്ടു വസ്ത്രങ്ങളുടെ അലങ്കാര ഡിസൈനുകളും അവത രിപ്പിച്ചിരിക്കുന്നതുപോലെ നിഴലിന്റെയും വെളിച്ചത്തിന്റെയും രചനാകൗ ശലം ശ്രദ്ധേയമാണ്. രൂപങ്ങളോടൊപ്പം പശ്ചാത്തലാവതരണത്തിന് കൂടു തൽ പ്രാധാന്യമുണ്ടെന്ന ചിന്തയോടെ പശ്ചാത്തലദൃശ്യങ്ങൾ മുഖ്യരൂ പത്തോടൊപ്പം നിറക്കൂട്ടുകളാൽ സമൃദ്ധമാക്കപ്പെട്ടു. വാസ്തുവിദ്യാമാ തൃകകൾ പ്രകൃതിയിലെ സസ്യലതാദികളും പൂക്കളുമടക്കമുള്ള പശ്ചാ ത്തലദൃശ്യങ്ങൾ എന്നിവയടങ്ങിയ രവിവർമ്മയുടെ ചിത്രതലങ്ങൾ ഇക്കാ ലയളവിൽ കൂടുതൽ സൗന്ദര്യാത്മകമാക്കി. ചിത്രകലയുടെ അടിസ്ഥാ നഘടകങ്ങളായ രേഖക്കും രൂപത്തിനും വർണ്ണത്തിനുമപ്പുറം നവീനമാ യൊരു വർണ്ണസങ്കല്പരീതിയും നിഴലിന്റെയും വെളിച്ചത്തിന്റെയും പുതിയ സാദ്ധ്യതകളും രവിവർമ്മയുടെ ചിത്രങ്ങളിൽ സജീവമായി. തിള ക്കവും പ്രസാദാത്മകവുമായ നിറങ്ങൾ ആസ്വാദകമനസ്സിൽ ചേക്കേറാൻ തുടങ്ങി, ഒപ്പം രവിവർമ്മ ചിത്രങ്ങൾ ചർച്ച ചെയ്യപ്പെടാനും. പുതുക്കോട്ട രാജാവ് സമ്മാനങ്ങളും പ്രതിഫലവും നല്കിയാണ് രവിവർമ്മയെയും

സംഘത്തെയും യാത്രയാ ക്കിയത്. മദ്രാസ് സൗഹൃദ ത്തിലെ ചില വിശിഷ്ടവ്യക്തി കളുടെ ക്ഷണപ്രകാരം രവി വർമ്മ കുറച്ചുനാൾ മദ്രാ സിലും തങ്ങി. തൃശിനാപ്പ ള്ളിയിൽ താമസിച്ചു കൊണ്ട് ചില പ്രകൃതി ദൃശ്യങ്ങളും അദ്ദേഹം വരയ്ക്കുകയു ണ്ടായി.

തൃശിനാപ്പള്ളിയിൽ നിന്ന് മാവേലിക്കരയിലെ ത്തിയ രവിവർമ്മ ചില വിഷ യചിത്രങ്ങൾക്ക് തുടക്കമിട്ടു. *അച്ഛൻ അതാ വരുന്നു* എന്ന ചിത്രമായിരുന്നു ആദ്യം വര ച്ചത്. ഈ ചിത്രത്തിൽ സ്വന്തം മകളെ മാതൃകയാക്കിയാണ് രചന പൂർത്തിയക്കിയത്. രവിവർമ്മയുടെ മൂത്തമകൾ മഹാപ്രഭയും ഒരു വയ സ്സുള്ള പൗത്രനുമായിരുന്നു ചിത്രത്തിന് മാതൃകയായത്.

അതാ അച്ഛൻ വരുന്നു

അച്ഛനെ ചിത്രത്തിൽ ഉൾപ്പെടുത്താതെതന്നെ അച്ഛനും അമ്മയും കുഞ്ഞും ചേരുന്ന കുടുംബത്തിന്റെ പൂർണ്ണതയെയാണ് *അച്ഛൻ അതാ വരുന്നു* എന്ന ചിത്രം പ്രകടമാക്കുന്നത്.

കൊട്ടാരത്തിലെ ബന്ധുജനങ്ങളെയും സുഹൃത്തുക്കളെയും മാതൃ കയാക്കിയ ചില വിഷയചിത്രങ്ങളും ഛായാചിത്രങ്ങളും മാവേലിക്കര യിലെ താമസത്തിനിടയിൽ രവിവർമ്മ വരയ്ക്കുകയുണ്ടായി. ഒപ്പം കുടും ബകാര്യങ്ങളിലും കൃഷിയിലും ഇടപെട്ടുകൊണ്ട് കുട്ടികളെ ലാളിച്ച്, അഞ്ചുമക്കളുടെ വാത്സല്യനിധിയായ അച്ഛനായി രവിവർമ്മ മാവേലിക്ക രയിൽ കഴിഞ്ഞ ദിനങ്ങൾ അവിസ്മരണീയമായിരുന്നതായി ചില രേഖ കൾ ചൂണ്ടിക്കാട്ടുന്നു. പല നാട്ടുരാജ്യങ്ങളിൽ നിന്നും വിദേശരാജ്യങ്ങ ളിൽ നിന്നും ഭരണാധികാരികളും ഉദ്യോഗസ്ഥ പ്രമാണിമാരും മാവേലി ക്കരയിലെത്തി രവിവർമ്മയെ കാണുകയും പരിചയപ്പെടുകയും അവ രുടെ രാജ്യങ്ങളിലേക്ക് അദ്ദേഹത്തെ ക്ഷണിക്കുകയും ചെയ്തു. ഈ വിശിഷ്ട വ്യക്തികളുടെ സന്ദർശനത്തിലൂടെ ചില ചിത്രങ്ങൾ അവർ വിലയ്ക്ക് വാങ്ങുകയുമുണ്ടായി.

ബറോഡ ദിവാനായിരുന്ന സർ ടി മാധവറാവു തിരുവനന്തപുരത്തെ ത്തിയതും ആയിടക്കായിരുന്നു. വിശാഖം തിരുനാൾ മഹാരാജാവിന്റെ ഗുരുവായ അദ്ദേഹം പുണ്യസ്ഥലങ്ങൾ സന്ദർശിക്കുന്നതിന്റെ ഭാഗമാ യാണ് തിരുവിതാംകൂറിലെത്തിയത്. രവിവർമ്മയോടുള്ള വാത്സല്യവും രവിവർമ്മ ചിത്രങ്ങളോടുള്ള ആരാധനയും മനസ്സിൽ സൂക്ഷിക്കുന്ന മാധ വറാവു തിരുവിതാംകൂർ കൊട്ടാരത്തിലെ ചിത്രശാല സന്ദർശിക്കുകയും രവിവർമ്മയെ അന്വേഷിക്കുകയും ചെയ്തു. ചിത്രശാലയിൽ സൂക്ഷിച്ചി രുന്ന രവിവർമ്മ വരച്ച *സീതാഭൂപ്രവേശം* എന്ന ചിത്രം ബറോഡ രാജാ വിനു നല്കാനായി വിശാഖം തിരുനാളിൽ നിന്നും മാധവറാവു വില യ്ക്കുവാങ്ങുകയുണ്ടായി. മാധവറാവുവിനോടുള്ള ആദരസൂചകമായി *വയ ലിൻ വായിക്കുന്ന മലബാർ സുന്ദരി* എന്ന ചിത്രം കൂടി വിശാഖം തിരു നാൾ മഹാരാജാവ് മാധവറാവുവിന് നല്കിയാണ് അദ്ദേഹത്തെ യാത്ര യാക്കിയത്. രവിവർമ്മയുടെ കലാജീവിതത്തിലെ വഴിത്തിരിവായിരുന്നു ഈ സംഭവം. രവിവർമ്മയുടെ വടക്കേ ഇന്ത്യൻ യാത്രകൾക്കും പില്ക്കാ ലത്ത് പ്രശസ്തിയുടെ പടവുകൾ കയറാനായതും ഈ രണ്ടു ചിത്രങ്ങളും ഒപ്പം മാധവറാവുവും കാരണമായി എന്നത് പില്ക്കാല ചരിത്രം.

പൂനയിൽ 1880 ൽ നടന്ന ചിത്രകലാപ്രദർശനത്തിൽ രവിവർമ്മക്ക് തന്റെ ചിത്രം അയക്കാൻ കഴിഞ്ഞിരുന്നില്ല. പൂന പ്രദർശനത്തിന്റെ അറി യിപ്പുകൾ തിരുവിതാംകൂർ കൊട്ടാരത്തിലെത്തിയിരുന്നെങ്കിലും യഥാസ മയം രവിവർമ്മയെ അറിയിച്ചിരുന്നില്ലെന്നതാണ് വസ്തുത. എന്നാൽ രവി വർമ്മപോലുമറിയാതെ അദ്ദേഹത്തിന്റെ ചിത്രം പ്രദർശനത്തിന് ഉൾപ്പെ ട്ടിരുന്നു. തിരുവിതാംകൂർ കൊട്ടാരത്തിൽ നിന്ന് മാധവറാവുവിന് സമ്മാ നിച്ച ചിത്രമായിരുന്നു അദ്ദേഹം അവിടെ പ്രദർശനത്തിന് നല്കിയത്. *വയലിൻ വായിക്കുന്ന മലബാർ സുന്ദരി* എന്ന ചിത്രം. *വയലിൻ വായി*

ക്കുന്ന മലബാർ സുന്ദരി ആസ്വാദകരുടെ പ്രശംസ നേടിയെടുത്തു. കേര ളീയ സ്ത്രീസൗന്ദര്യത്തിന്റെ നിഷ്ക്കളങ്കമായ മനോഹാരിതയാണ് ഈ ചിത്രത്തിൽ പ്രകടമാകുന്നത്. അതാതുനാട്ടിലെ സമകാലിക ദൃശ്യബോ ധവും ക്ലാസിക് ലാവണ്യ സങ്കല്പവുമായി ചേർന്ന സൗന്ദര്യശാസ്ത്ര ബോധവുമാണ് രവിവർമ്മ തന്റെ ചിത്രങ്ങളിലേക്ക് സന്നിവേശിപ്പിച്ചിട്ടു ള്ളത്. ക്ലാസിക് ലാവണ്യസങ്കല്പത്തോടൊപ്പം മാതൃക (മോഡൽ)യായി രിക്കുന്ന വ്യക്തിയുടെ മുഖശ്രീയും തമ്മിലിഴചേരുമ്പോഴുള്ള പ്രത്യേക തയാർന്ന സൗന്ദര്യം രവിവർമ്മയുടെ സ്ത്രീരൂപങ്ങളിൽ ദൃശ്യമാണ്. നമ്മുടെ നാടിന്റെ സംസ്കാരത്തിന്റെ മുദ്രയാകുന്ന പ്രാദേശികമായ ശൈലികൾ, രൂപങ്ങളുടെ ശരീരഘടന, ആടയാഭരണങ്ങൾ, തലമുടി യൊരുക്കലിന്റെ പ്രത്യേകത ഇവയൊക്കെ പ്രകടമാകുന്ന ഭാരതീയ സ്ത്രീസങ്കല്പത്തിന്റെ പൂർണ്ണത രവിവർമ്മ തന്റെ ചിത്രങ്ങളിൽ ഏറെ ശ്രദ്ധിച്ചിരുന്നതായി കാണാം.

വയലിൻ വായിക്കുന്ന മലബാർ സുന്ദരി ഇതിനുദാഹരണമാണ്. ഈ ചിത്രത്തിന് പുനെ പ്രദർശനത്തിൽ ഒന്നാം സമ്മാനമായ സുവർണ്ണ മുദ്ര പുരസ്കാരം ലഭിച്ചു. പ്രദർശനം കാണാനെത്തിയ ബോംബെ ഗവർ ണ്ണർ സർ ജയിംസ് ഫർഗൂസൻ ഈ ചിത്രം വാങ്ങുവാൻ ഏറെ താല്പര്യം

വയലിൻ വായിക്കുന്ന മലബാർ സുന്ദരി

കാണിച്ചുവെങ്കിലും മാധവ റാവു ചിത്രം നല്കാൻ തയ്യാ റായില്ല. പകരം ഇതേപോ ലൊരു ചിത്രം രവിവർമ്മയെ കൊണ്ട് വരപ്പിച്ച് നല്കാമെ ന്നേല്ക്കുകയും ചെയ്തു. (മാധവറാവുവിന്റെ അഭ്യർ ത്ഥന മാനിച്ച് രവിവർമ്മ മേല്പറഞ്ഞ ചിത്രത്തിന്റെ പകർപ്പ് തയ്യാറാക്കി ബോം ബെ ഗവർണ്ണർക്ക് പിന്നീട് അയച്ചുകൊടുത്തു. സമ്മാന ങ്ങളും പ്രതിഫലവും ഗവർ ണ്ണർ രവിവർമ്മയ്ക്ക് എത്തി ച്ചുകൊടുക്കുകയും ചെയ് തിരുന്നു.)

1881 ൽ ബറോഡയിലെ യുവരാജാവിന്റെ കിരീടധാര ണചടങ്ങിൽ വിശിഷ്ടാതിഥി യായി പങ്കെടുക്കുവാൻ രവി വർമ്മ യോടും ബറോഡ രാജാവ് അഭ്യർത്ഥിച്ചു. രവി

വർമ്മയുടെ ചിത്രകലാ സപര്യക്ക് ലഭിച്ച ആദരവായിരുന്നു കിരീടധാര ണചടങ്ങിലേക്കുള്ള ക്ഷണം. *സീതാഭൂപ്രദേശം, വയലിൻ വായിക്കുന്ന മലബാർ സുന്ദരി* എന്നീ ചിത്രങ്ങളിലൂടെ രവിവർമ്മയുടെ കലാചാതുരി മനസ്സിലാക്കിയായിരുന്നു രാജാവിന്റെ ഈ അഭ്യർത്ഥന. ബറോഡ രാജ സദസ്സിലെ പ്രമുഖർക്കും രവിവർമ്മയുടെ സാന്നിദ്ധ്യം പ്രത്യേക അനുഭ വമായിരുന്നു.

കിരീടധാരണ ചടങ്ങിനെത്തിയ മറ്റ് രാജ്യങ്ങളിലെ ഭരണാധികാരി കളും ഉദ്യോഗസ്ഥരും രവിവർമ്മയുടെ ചിത്രങ്ങൾ കാണുകയും ചിത്ര കാരനെ പരിചയപ്പെടുകയുമുണ്ടായി. ഒരു ഭാരതീയ കലാകാരന് ലഭി ക്കുന്ന അത്യപൂർവ്വമായ ആദരവായിരുന്നു ബറോഡ കൊട്ടാരത്തിൽ നിന്ന് രവിവർമ്മക്ക് ലഭിച്ചത്. *സീതാഭൂപ്രവേശം* കാണികൾക്കൊരത്ഭുതകലാ സൃഷ്ടിയായിരുന്നു.

പുരാണേതിഹാസ കഥാതന്തുവിൽ നിന്ന് കടം കൊണ്ട് ജനഹൃദ യങ്ങളിൽ നിറഞ്ഞു നില്ക്കുന്ന സീതാദേവിയുടെ രൂപം ആസ്വാദകർ ഇരുകൈയും നീട്ടി സ്വീകരിച്ചു. ആരും കൈകാര്യം ചെയ്യാത്ത ഇതിഹാ സമുഹൂർത്തങ്ങൾ രവിവർമ്മ വശ്യതയാർന്ന സൗന്ദര്യത്തോടെ ചിത്രത ലത്തിലേക്ക് ആവാഹിക്കുമ്പോൾ ജീവനുള്ളതും നമുക്കിടയിലുള്ള സ്ത്രീസൗന്ദര്യവുമായി സീതയെ കാണാനാവുന്നു. സീതയുടെ കുട്ടി ക്കാലം മുതലുള്ള ജീവിതാനുഭവങ്ങളുടെയും മാനസിക പീഡനങ്ങളു ടെയും വൈവിധ്യമാർന്ന ഭാവങ്ങളാണ് ഭാരതീയ സ്ത്രീസൗന്ദര്യത്തിന്റെ പ്രതീകമായി രവിവർമ്മ ഇവിടെ ആവിഷ്കരിച്ചിരിക്കുന്നത്. പാശ്ചാത്യ ചിത്രകാരന്മാരുടെ രചനാ സങ്കേതങ്ങളിൽ നിന്ന് വേറിട്ട വർണ്ണമേളനവും ശൈലിയും ഈ ചിത്രത്തിന്റെ പ്രത്യേകതയാകുന്നു.

ബറോഡയിലെ കിരീടധാരണ ചടങ്ങിനുശേഷം രാജാവിന്റെ താല്പ ര്യപ്രകാരം രവിവർമ്മയും അനുജനും സംഘവും കുറച്ചു കാലം ബറോ ഡയിൽ താമസിക്കുകയുണ്ടായി. കൊട്ടാരത്തിനടുത്തുതന്നെയുള്ള ബംഗ്ലാവിൽ പരിചാരകരും സഹായികളുമൊക്കെയായി രവിവർമ്മയ്ക്ക് അർഹിക്കുന്ന ആദരവ് നല്കിയാണ് ബറോഡാ രാജാവ് ഈ കലാകാ രന് താമസമൊരുക്കിയത്. നാലു മാസത്തെ താമസത്തിനിടയ്ക്ക് നിര വധി ചായാചിത്രങ്ങളും പുരാണകഥാചിത്രങ്ങളും രവിവർമ്മ വരച്ചു നല്കി. ബറോഡ രാജകുടുംബാംഗങ്ങളുടെയും റസിഡന്റായ മെൽവി ല്ലിയുടെയും ദിവാൻ ടി മാധവറാവുവിന്റെയും ചായാചിത്രങ്ങളാണ് പ്രധാ നപ്പെട്ടവ. പുരാണകഥാപാത്രങ്ങളുൾക്കൊള്ളുന്നതോ അല്ലാതെയോ ഉള്ള ദേവീദേവന്മാരുടെ രൂപങ്ങൾ വരയ്ക്കാൻ രവിവർമ്മ ആരംഭിക്കുന്നതും ഇക്കാലത്താണ്. ആശയപ്രാധാന്യവും നവീനമായ വർണ്ണക്കാഴ്ചയും സമ ന്വയിച്ചുകൊണ്ട് പൗരാണികജ്ഞാനവും ഉൾക്കരുത്തും പ്രകടമാകുന്ന പുരാണകഥകളെ അധികരിച്ച ചിത്രങ്ങൾ കലാസ്വാദകർക്കെല്ലാം ഇഷ്ട മായി. പുരാണേതിഹാസങ്ങളിലൂടെ വായിച്ചറിഞ്ഞ സ്വപ്നതുല്യരായ കഥാപാത്രങ്ങൾ ആസ്വാദകരുടെ മുന്നിൽ ജീവനോടെ അവതരിച്ച അനു

ഭവമായിരുന്നു സാധാരണജനങ്ങൾക്ക് രവിവർമ്മ സമ്മാനിച്ചത്. ജനമന സ്സുകളിലുള്ള മിഥ്യാരൂപസങ്കല്പത്തെ രവിവർമ്മ യഥാതഥമായി തന്റെ ചിത്രങ്ങളിലൂടെ അവതരിപ്പിച്ചു.

പില്ക്കാലത്ത് രാജ്യം മുഴുവൻ പ്രചരിക്കുകയും പൂജാമുറികളിൽ ആരാധനാമൂർത്തികളാവുകയും ചെയ്ത സരസ്വതി, ലക്ഷ്മി തുടങ്ങിയ ചിത്രങ്ങൾ രവിവർമ്മ ആദ്യം വരച്ചത് ബറോഡ രാജാവിനുവേണ്ടിയാ യിരുന്നു. ദേവീദേവതാ സങ്കല്പങ്ങളുടെ രൂപമാതൃകകളും അംഗചലന ങ്ങളും ആടയാഭരണങ്ങളും എങ്ങനെയായിരിക്കണമെന്ന് രവിവർമ്മ സ്വന്തം ഭാവനയിൽ രൂപപ്പെടുത്തിയ നിരവധി സ്കെച്ചുകൾക്കൊടുവി ലാണ് പൂർണ്ണതയിലെത്തിയത്.

അതുവരെ രവിവർമ്മയ്ക്ക് ലഭിച്ചതിലും ഏറ്റവും വലിയ അംഗീ കാരവും ബഹുമതിയുമായിരുന്നു ബറോഡ രാജാവിൽ നിന്ന് ലഭിച്ചത്. രവിവർമ്മ ബറോഡയിൽ എത്തി ചിത്രങ്ങൾ വരച്ചുനല്കിയത് ഭാഗ്യമാ യിട്ടാണ് ബറോഡ രാജസഭയും ജനങ്ങളും സ്വീകരിച്ചത്. ബറോഡയിൽ വച്ച് ഭവനഗർ രാജാവ് രവിവർമ്മയെ തങ്ങളുടെ രാജ്യത്തേക്കും ക്ഷണി ക്കുകയുണ്ടായി. മറ്റ് പല നാട്ടുരാജാക്കന്മാരുടെ ക്ഷണമുണ്ടായെങ്കിലും രവിവർമ്മ ഭവനഗറിലേക്കാണ് പോയത്. രണ്ടുമാസക്കാലം രാജാവിന്റെ അതിഥിയായി താമസിച്ച് നാലു ചിത്രങ്ങൾ വരച്ചു നല്കി. പുരാണക ഥാസന്ദർഭങ്ങളുടെ മുഹൂർത്തങ്ങളും ഒരു ഛായാചിത്രവുമാണ് അവിടെ അദ്ദേഹം വരച്ചത്.

പാശ്ചാത്യ രചനാ ശൈലിയിൽ നിന്ന് മാറാനുള്ള കലാചിന്തയുള്ള മനസ്സും കാലഘട്ടത്തിന്റെ അനിവാര്യതയും ഭാരത്തിലെ ചിത്രകാര ന്മാരിലും കലാകാരന്മാരിലും കലാസ്വാദകരിലും അലയടിച്ചിരുന്നു. പാശ്ചാ ത്യകലയുടെ സാങ്കേതികവശങ്ങൾ ഉപയോഗിച്ചിരുന്നുവെങ്കിലും ബറോഡ കൊട്ടാരത്തിൽ പലപ്പോഴായി വരച്ചു നല്കിയ ചിത്രങ്ങൾ അക്കാല കലാകാരന്മാർക്ക് ഊർജ്ജമേകാനും പുതിയൊരു വർണ്ണരൂപ ഭാഷയിലൂടെ ചിത്രതലം സജ്ജമാക്കാനും കഴിഞ്ഞത് രവിവർമ്മയുടെ കലാമികവായി പലരും രേഖപ്പെടുത്തിയിട്ടുണ്ട്. എന്നാൽ വിമർശനങ്ങ ളെയും ഇതേ കാലത്ത് അദ്ദേഹം നേരിട്ടിരുന്നു.

ഏറെ നാളായി രവിവർമ്മ ആഗ്രഹിച്ചിരുന്നതായിരുന്നു ബോംബെ യാത്ര. ഭവനഗറിൽ നിന്ന് ബോംബെയ്ക്കുള്ള യാത്ര എളുപ്പമായതിനാലും രവിവർമ്മയും അനുജനും സംഘവും ബോംബെയ്ക്ക് തിരിച്ചു. ഇടയ്ക്കിടെ മാവേലിക്കരക്കും കിളിമാനൂർ കൊട്ടാരത്തിലേക്കും സുഹൃത്തുക്കൾക്കും രവിവർമ്മ കത്തുകളയയ്ക്കുമായിരുന്നു. മദ്രാസ്, മൈസൂർ, ബറോഡ, ഭവ നഗർ എന്നീ സ്ഥലങ്ങളിലേക്കുള്ള യാത്രയിലും താമസത്തിനുമിടയ്ക്ക് ഓരോ സ്ഥലത്തേയും പ്രകൃതി ഭംഗിയുള്ള ഭൂഭാഗങ്ങളും ക്ഷേത്രങ്ങളും കൊട്ടാരങ്ങളും സന്ദർശിക്കുകയും അവിടത്തെ മുഗൾ ചുവർചിത്ര ശില്പ കലകളുടെ ശൈലീസങ്കേതങ്ങൾ മനസ്സിലാക്കുകയും ചെയ്തിരുന്നു. പ്രാദേശികമായ രചനാ ശൈലികളെക്കുറിച്ച് അറിയുവാനും അവിടത്തെ

പ്രധാനപ്പെട്ട ചിത്രകാരന്മാരെ നേരിട്ടു പോയി കാണുവാനും അവരുടെ രചനാരീതിയും രചനകളും ശ്രദ്ധയോടെ മനസ്സിലാക്കുവാനും അദ്ദേഹം മടികാണിച്ചിരുന്നില്ല.

അനുജൻ രാജരാജവർമ്മയുടെ ഡയറിക്കുറിപ്പുകൾ ആ യാത്രക ളെക്കുറിച്ച് വിശദീകരിക്കുന്നുണ്ട്. പ്രധാന സ്ഥലങ്ങൾ, വ്യക്തികൾ, വേഷ ങ്ങൾ, ആഹാരരീതികൾ, സംഭാഷണശൈലികൾ ഇവയൊക്കെ രവിവർമ്മ യുടെ പഠനത്തിൽപ്പെട്ടിരുന്നു. ചരിത്രപരുഷന്മാരെക്കുറിച്ചും അദ്ദേഹം പ്രത്യേകം പഠനം നടത്തി. ശിവജിയുടെ ജീവിതം അദ്ദേഹത്തെ വല്ലാതെ ആകർഷിച്ചിരുന്നു. പില്ക്കാലത്ത് രവിവർമ്മ വരച്ച ശിവജിയുടെ ഛായാ ചിത്രത്തിന് ഈ പഠനങ്ങളിൽ നിന്നുള്ള അറിവാണ് പിൻബലമായിട്ടു ള്ളത്.

ബറോഡയിൽ രവിവർമ്മ വരച്ച ചിത്രങ്ങൾ ജനങ്ങളിൽ കലാസ്വാദ നശേഷി വർദ്ധിപ്പിക്കുന്നതിന് ഏറെ സഹായിച്ചിട്ടുള്ളതായി ദിവാൻ രേഖ പ്പെടുത്തിയിട്ടുണ്ട്. കൊട്ടാരത്തിലെ പൗരപ്രമുഖർ രവിവർമ്മയുടെ ചിത്ര ങ്ങൾ സ്വന്തമാക്കാൻ പലപ്പോഴും ആഗ്രഹം പ്രകടിപ്പിച്ചിരുന്നു. ഈ സാഹചര്യത്തിലാണ് ചിത്രങ്ങൾ അച്ചടിക്കുന്നതിനെക്കുറിച്ച് ദിവാൻ മാധ വറാവു ആലോചിക്കുന്നത്. രവിവർമ്മയുമായി അദ്ദേഹം ഇക്കാര്യം ചർച്ച ചെയ്തു. അന്ന് ഭാരതത്തിൽ ലിത്തോഗ്രാഫിക് പ്രസ് ഉണ്ടായിരുന്നില്ല. മാധവറാവു ഇതുമായി ബന്ധപ്പെട്ട് മുൻപ് എഴുതിയ കത്ത് ഇങ്ങനെ.

അങ്ങയുടെ ചിത്രങ്ങൾ സ്വന്തമാക്കാൻ കൊതിക്കുന്ന സുഹൃത്തു ക്കൾ ധാരാളമുണ്ട്. അങ്ങയുടെ കൈകൊണ്ട് മാത്രം വർദ്ധിച്ചുവ രുന്ന ആവശ്യം നിറവേറ്റാൻ കഴിയില്ലല്ലോ. അതുകൊണ്ട് ഏതാനും ചിത്രങ്ങൾ തെരഞ്ഞെടുത്ത് യൂറോപ്പിലേക്കയച്ച് ഓലിയോഗ്രാ ഫിൽ അച്ചടിച്ച് വരുത്തുക. അതുകൊണ്ട് കൂടുതൽ പ്രശസ്തി ഉണ്ടാകുമെന്ന് മാത്രമല്ല, ഭാരതത്തിന് വേണ്ടിയുള്ള യഥാർത്ഥ കലാസേവനം കൂടിയായിരിക്കും.

അച്ചടിശാല എന്ന സ്വപ്നം യാഥാർത്ഥ്യമാക്കുന്നതിനുള്ള തുടക്കം ബറോഡയിൽ നിന്നായിരുന്നു.

അങ്ങനെ ബറോഡരാജാവും അദ്ദേഹത്തിന്റെ ദിവാനായ സർ മാധ വറാവുവുമായുള്ള അടുപ്പത്തിലൂടെയാണ് തന്റെ ചിത്രങ്ങളുടെ പകർപ്പ് എടുക്കുക എന്ന ആശയം രവിവർമ്മയിൽ ഉടലെടുക്കുന്നത്. അതിനു വേണ്ടിയുള്ള അന്വേഷണവും ബോംബെയാത്രയ്ക്കുണ്ടായിരുന്നു. ചിത്ര ങ്ങളുടെ പകർപ്പ് എടുക്കുന്നതിനുള്ള ലിത്തോഗ്രാഫിക് പ്രസ് തുടങ്ങു ന്നതിന് നല്ല സാമ്പത്തിക ചെലവ് വരുമെന്ന് അദ്ദേഹം അന്വേഷിച്ചറി ഞ്ഞു. പ്രസ് സ്ഥാപിക്കാനുള്ള സ്ഥലം, യന്ത്രസാമഗ്രികൾ എന്നിവയെക്കു റിച്ചുള്ള ഏകദേശ ധാരണയുമുണ്ടാക്കിയിരുന്നു. അതിനാവശ്യമായ സാമ്പത്തികം സ്വരൂപിക്കുകയയാണ് ആദ്യം വേണ്ടതെന്ന ചിന്തയോടെ യാണ് രവിവർമ്മ കിളിമാനൂരിൽ എത്തിയത്.

കിളിമാനൂരിൽ തിരിച്ചെത്തിയ രവിവർമ്മ തന്റെ ഗുരുവായ അമ്മാ വൻ രാജാരാജവർമ്മയ്ക്ക് അയ്യായിരം രൂപയുടെ പണക്കിഴി നല്കി ആദ രവ് പ്രകടമാക്കി. മൂന്നുവർഷക്കാലം രവിവർമ്മ കിളിമാനൂരിൽ തന്നെ കഴിഞ്ഞു. ചിത്രരചനയോടൊപ്പം വായനയ്ക്കും പഠനത്തിനുമായിരുന്നു ഈ സമയം കൂടുതലും ചെലവഴിച്ചത്. പുരാണ ഗ്രന്ഥങ്ങൾ വായിക്കു കയും അവയിൽ നിന്നുള്ള ജീവിതഗന്ധിയായ മുഹൂർത്തങ്ങൾ കണ്ടെത്തി അവയുടെ ഡ്രോയിങ്ങുകൾ തയ്യാറാക്കിയും വിഷയം സ്വരൂ പിച്ചും ചിത്രരചനയ്ക്കാവശ്യമായ തയ്യാറെടുപ്പുകൾ നടത്തിക്കൊണ്ടിരുന്നു.

കാർഷിക രംഗത്തും രവിവർമ്മ താല്പര്യം കാണിച്ചിരുന്നതായുള്ള രേഖകളുണ്ട്. തെങ്ങ്, കുരുമുളക് എന്നിവ മുഖ്യവിളയായി കൃഷിയിൽ സജീവമായിരുന്നു. നാട്ടിലുണ്ടായിരുന്ന മൂന്നുവർഷക്കാലവും കൃഷിക്ക് സമയം കണ്ടെത്തി. കൃഷിയിടങ്ങൾ സന്ദർശിക്കുകയും അതുപോലെ കൃഷിയിൽ താല്പര്യമുള്ളവർക്ക് കൊട്ടാരം വകഭൂമി വിട്ടുനല്കി സാമ്പ ത്തിക സഹായം നല്കിയതായും രേഖകൾ വ്യക്തമാക്കുന്നു. ആനകളെ സ്നേഹിക്കുന്നതോടൊപ്പം വിനോദവേളകളിൽ കുതിരസവാരിയിലും അദ്ദേഹം താല്പര്യം കാണിച്ചിരുന്നു.

5

മൈസൂർ രാജാവിന്റെ അതിഥി

ആയിരത്തിയെണ്ണൂറ്റിയെൺപത്തിനാല് രവിവർമ്മയുടെ ജീവിത ത്തിലെ മറ്റൊരു ദുരന്തദിനമായിരുന്നു. തന്റെ കലാജീവിതത്തിന് ഊർജ്ജം പകർന്നിരുന്ന ഗുരുനാഥൻ കൂടിയായ അമ്മാവൻ രാജരാജ വർമ്മയുടെ ദേഹവിയോഗം രവിവർമ്മയെ വല്ലാതെ തളർത്തി. രവിവർമ്മ യുടെ ജീവിതത്തിലെന്നും കടപ്പാടുള്ള വ്യക്തിയായ അമ്മാവന്റെ വേർപാ ടിൽ ഒരു വർഷക്കാലം കൊട്ടാരത്തിൽ നിന്ന് പുറത്തിറങ്ങാതെ ദുഃഖാച രണം ആചരിച്ചു. നിരന്തരമായ പുരാണപാരായണത്തിലൂടെ, പഠനങ്ങ ളിലൂടെ മനസ്സിന് ആശ്വാസം കണ്ടെത്തുകയായിരുന്നു ഈ ഒരു വർഷ ക്കാലം.

ഭാരതസംസ്കാരത്തിന്റെ ഉൾക്കരുത്ത് പ്രകടമാകുന്ന പുരാണകാ വ്യങ്ങളെ ആധാരമാക്കിയുള്ള ചിത്രങ്ങൾ വരച്ചുനല്കാൻ അഭ്യർത്ഥിച്ച് വിവിധ സ്ഥലങ്ങളിൽ നിന്ന് പണ്ഡിതശ്രേഷ്ഠരും നാട്ടുരാജാക്കന്മാരും കത്തുകൾ അയച്ചുകൊണ്ടിരുന്നു. മൈസൂർ രാജാവ് സർ ചാമരാജേന്ദ്ര ഉഡയാരും രവിവർമ്മയെ അക്കാലത്ത് മൈസൂറിലേക്ക് ക്ഷണിച്ചിരുന്നു. ബറോഡ രാജസദസ്സ് അലങ്കരിക്കുന്ന രവിവർമ്മചിത്രങ്ങളെക്കുറിച്ച് ധാരാളം കേട്ടിരുന്ന മൈസൂർ രാജാവിന് തന്റെ രാജസദസ്സും അതുപോലെ സൗന്ദര്യവല്ക്കരിക്കണമെന്ന് ആഗ്രഹിച്ചിരുന്നു. അതിനായി തന്റെ നാട്ടി ലേക്ക് രവിവർമ്മയെ കൊണ്ടുവരാൻ അനുവാദം കാത്തിരിക്കുമ്പോഴാണ് ഒടുവിൽ ചിത്രകാരന്റെ സമ്മതം ലഭിച്ചത്. മൈസൂർ യാത്ര രവി വർമ്മയ്ക്കും അനുജൻ രാജരാജവർമ്മയ്ക്കും ഇഷ്ടമായിരുന്നു. ഇവരെ കൂടാതെ പണ്ഡിതനും സംഗീതജ്ഞനും കലാകാരനും രവിവർമ്മയുടെ ബന്ധുവുമായ മാധവവാര്യരും മറ്റ് രണ്ട് സഹായികളും ഒപ്പമുണ്ടായി രുന്നു.

രാജോചിതമായ സ്വീകരണം മൈസൂറിൽ ഈ കലാകാരന്മാർക്ക് ലഭിച്ചു. മൂന്നുമാസക്കാലം കൊട്ടാരത്തോടനുബന്ധിച്ചുള്ള ബംഗ്ലാവിൽ രവിവർമ്മയും അനുജനും താമസിച്ചു. സംഗീത സാന്ദ്രമായ രാജസഭ സായിരുന്നു മിക്കപ്പോഴും മൈസൂർ കൊട്ടാരത്തിലുണ്ടാവുക. അതുകൊ ണ്ടുതന്നെ സംഗീത പശ്ചാത്തലത്തിലുള്ള അന്തരീക്ഷത്തിലായിരുന്നു ചിത്രരചന നടത്തിയത്. മൈസൂർ രാജകുടുംബാംഗങ്ങളുടെ ഛായാചി ത്രങ്ങളാണ് ആദ്യം രവിവർമ്മ വരച്ചു നല്കിയത്. മറ്റ് ചില ചിത്രങ്ങൾ കൂടി വരയ്ക്കണമെന്ന രാജാവിന്റെ ആഗ്രഹം രവിവർമ്മ സ്വീകരിച്ചു. ദിവസവും സായാഹനങ്ങളിൽ രാജസദസിൽ അരങ്ങേറുന്ന നൃത്തനൃത്യ ങ്ങൾ, മൈസൂറിലെ പാരമ്പര്യകലകൾ ഇവയിൽ നിന്നൊക്കെ സമകാ ലീനമായ വേഷവിധാനങ്ങളുടെയും അലങ്കാരങ്ങളുടെയും രീതികൾ മന സ്സിലാക്കുകയും അത് ചിത്രതലത്തിൽ പ്രയോഗിക്കുകയും ചെയ്തിരു ന്നു. രവിവർമ്മയുടെ താല്പര്യപ്രകാരമുള്ള കലാപരിപാടികളും അവിടെ അവതരിപ്പിക്കപ്പെടുകയായിരുന്നു. കൂടാതെ വിശ്രമവേളകളിൽ മൈസൂർ പട്ടണവും ഗ്രാമങ്ങളും കാണാനും രവിവർമ്മ സമയം കണ്ടെത്തി. യാത്ര യിൽ അവിടത്തെ ജനങ്ങളുടെ വേഷവിധാനം, രീതികൾ, സാമൂഹ്യചു റ്റുപാടുകൾ, ഗൃഹാലങ്കാരങ്ങൾ ഇവയൊക്കെ പ്രതിപാദിക്കുന്ന സ്കെച്ചു കളും തയ്യാറാക്കിയിരുന്നു. മൈസൂറിൽ വച്ച് വരച്ച ചിത്രങ്ങൾക്ക് ഇവ യൊക്കെ പിൻബലമേകിയിട്ടുണ്ട്.

ഗായികാംഗനമാർ എന്ന ചിത്രം തന്നെ ഉദാഹരണമായി കാണാം. ഈ ചിത്രത്തിന്റെ വിഷയം തെരഞ്ഞെടുത്തതിൽ വിശാലമായ കാഴ്ച പ്പാടാണ് സ്വീകരിച്ചുകാണുന്നത്. വിവിധ സ്ഥലങ്ങളിലുള്ള സംഗീതജ്ഞ

ഗായികാംഗനമാർ

രുടെ വേഷഭൂഷാദികൾ, ആടയാഭരണങ്ങൾ, വസ്ത്രങ്ങളിലെ പ്രത്യേക തകൾ, അവ അണിഞ്ഞിരിക്കുന്ന രീതി ഇവയൊക്കെ ശ്രദ്ധയോടെ രവി വർമ്മ ഈ ചിത്രത്തിൽ ആവിഷ്കരിച്ചിരിക്കുന്നു. പതിനൊന്ന് സ്ത്രീരൂ പങ്ങളിലും വ്യത്യസ്ത ഭാവങ്ങൾ നമുക്കനുഭവവേദ്യമാകുന്നു. ചിത്ര ത്തിന്റെ കോമ്പോസിഷനോടൊപ്പം ഓരോ രൂപത്തിന്റെയും അംഗചല നം, സംഗീതോപകരണങ്ങളുടെ ഇഴചേരൽ ഇവയൊക്കെ സൂക്ഷ്മ മായിട്ടാണ് അവതരിപ്പിച്ചിരിക്കുന്നത്. മുൻനിര രൂപങ്ങളിലെ വെളിച്ചത്തി ന്റെയും നിഴലിന്റെയും പ്രയോഗത്തിൽ തിളക്കമാർന്ന വെളിച്ചമാണ് കാണുന്നതെങ്കിൽ പിൻനിരരൂപങ്ങളിൽ നിഴലിനാണ് തിളക്കം കൊടു ത്തിരിക്കുന്നത്. (ഇപ്പോൾ ഈ ചിത്രം മൈസൂറിലെ ശ്രീജയചാമരാജേ ന്ദ്രഗ്യാലറിയിൽ സൂക്ഷിച്ചിരിക്കുന്നു) മൂന്നു മാസങ്ങളെടുത്താണ് രവി വർമ്മ ചിത്രങ്ങൾ പൂർത്തിയാക്കിയത്. മൈസൂർ രാജാവ് പണവും പാരി തോഷികങ്ങളും നല്കിയതോടൊപ്പം ഒരു ആനയേയും സമ്മാനിച്ചാണ് രവിവർമ്മയെയും സംഘത്തെയും യാത്രയാക്കിയത്.

1885 ആഗസ്തിലാണ് തിരുവിതാംകൂർ മഹാരാജാവായിരുന്ന വിശാഖം തിരുനാൾ നാടുനീങ്ങിയത്. ഭരണാധികാരി എന്ന നിലയിൽ വിശാഖം തിരുനാൾ സമർത്ഥനായിരുന്നു. പണ്ഡിതൻ, കവി, നവീനമായ ആശയങ്ങളുടെ ഉടമ എന്നീ നിലകളിലും അദ്ദേഹം ശ്രദ്ധേയനായിരു ന്നു. ഇന്ന് നമ്മുടെ നാട്ടിൽ സുലഭമായ മരിച്ചീനി കൃഷിയായി ആദ്യം നടപ്പിലാക്കിയത് വിശാഖം തിരുനാളായിരുന്നു. തുടർന്ന് ശ്രീമൂലം തിരു നാൾ മഹാരാജാവ് അധികാരമേറ്റു. രാജാവിന്റെ കിരീടധാരണച്ചടങ്ങിൽ രവിവർമ്മയേയും ക്ഷണിച്ചിരുന്നു. അദ്ദേഹം ചടങ്ങുകളിൽ പങ്കെടുക്കു കയും ചെയ്തു. ഭരണതലങ്ങളിൽ കലാരംഗത്ത് വലിയ പ്രോത്സാഹനം ലഭിക്കാതിരുന്ന കാലമായിരുന്നു മൂലം തിരുനാളിന്റേത്. 19-ാം നൂറ്റാ ണ്ടിന്റെ അവസാനകാലത്ത് ദേശീയ അന്തർദ്ദേശീയ തലത്തിൽ കല യിലും സാഹിത്യത്തിലും വിപ്ലവകരമായ മാറ്റങ്ങൾ സംഭവിച്ചുകൊണ്ടി രിക്കുമ്പോൾ ഭാരതത്തിൽ, പ്രത്യേകിച്ച് തിരുവിതാംകൂറിൽ ഇതൊന്നും ഉൾക്കൊള്ളുവാനോ പ്രോത്സാഹിപ്പിക്കുവാനോ രാജാവും ഭരണകൂടവും താല്പര്യം കാട്ടിയിരുന്നില്ല. വിദേശ മാധ്യമങ്ങളിലൂടെയുള്ള അറിവിൽ നിന്ന് അനുജൻ രാജരാജവർമ്മ ജ്യേഷ്ഠനുമായി കലയിലെ വികാസപ രിണാമങ്ങൾ ചർച്ച ചെയ്തിരുന്നു. രവിവർമ്മ ശ്രീമൂലം തിരുനാളിനോട് ഇക്കാര്യങ്ങൾ സംസാരിച്ചിരുന്നതോടൊപ്പം തിരുവിതാംകൂറിൽ ഒരു ചിത്രാ ലയത്തിന്റെ ആവശ്യകതയെക്കുറിച്ചും സൂചിപ്പിക്കുകയുണ്ടായി. ഉചിത മായ മറുപടി ലഭിച്ചുവെങ്കിലും കാലതാമസമുണ്ടായപ്പോൾ രാജാവിനെ വീണ്ടും രവിവർമ്മ ഇക്കാര്യം ഓർമ്മിപ്പിച്ചു. ചിത്രാലയം സ്ഥാപിക്കുക വഴി കലാരംഗത്ത് ഭാരതത്തിനും പ്രത്യേകിച്ച് തിരുവിതാംകൂറിനും വിദേശ രാജ്യങ്ങളുടെ ശ്രദ്ധ നേടാൻ കഴിയുമെന്നും കലയുടെ വികാസപരിണാ മങ്ങൾ അന്യോന്യം അറിയാനുള്ള കേന്ദ്രമായി മാറുമെന്നുമുള്ള ആഗ്ര ഹമാണ് മഹാരാജാവിനെ കാണാൻ വീണ്ടും രവിവർമ്മയെ പ്രേരിപ്പിച്ചത്.

രവിവർമ്മയുടെ കല സ്ഫുടം ചെയ്യപ്പെട്ടുകൊണ്ടിരുന്നു. സ്വന്തം ശൈലീസങ്കേതങ്ങൾ ഉറപ്പിച്ചുകൊണ്ടാണ് അദ്ദേഹം രചനകളിൽ സജീവമായത്. 1885 ൽ കൽക്കത്തയിലും ലണ്ടനിലും നടന്ന ചിത്രകലാ പ്രദർശനങ്ങളിലും രവിവർമ്മ ചിത്രങ്ങൾ അയക്കുകയും രണ്ടിടത്തും അദ്ദേഹത്തിന് ഒന്നാം സമ്മാനം ലഭിക്കുകയുമുണ്ടായി. പലവിധ ഉപഹാരങ്ങളും പ്രശസ്തിപത്രവും അദ്ദേഹത്തെ തേടിയെത്തി. വിദേശ മാധ്യമങ്ങൾ രവിവർമ്മ ചിത്രങ്ങളെ കൂടുതൽ ശ്രദ്ധിക്കുകയും ചിത്രങ്ങളെക്കുറിച്ച് നിരൂപണങ്ങൾ എഴുതുവാനും തുടങ്ങി. ബഹുമതി നേടിയ രവിവർമ്മയെ ശ്രീമൂലം തിരുനാൾ മഹാരാജാവ് നേരിട്ടെത്തി അഭിനന്ദിക്കുകയും ആശംസകൾ അറിയിക്കുകയും ചെയ്തു. അഭിനന്ദനങ്ങൾ സ്നേഹപൂർവ്വം സ്വീകരിക്കുമ്പോഴും രവിവർമ്മ ചിത്രാലയം സ്ഥാപിക്കുന്നതിനെക്കുറിച്ചാണ് രാജാവിനോട് സംസാരിച്ചത്. ഗവൺമെന്റിലേക്ക് ഒരു കത്ത് കൊടുക്കാൻ മഹാരാജാവ് നിർദ്ദേശിക്കുകയുണ്ടായി. ചിത്രാലയത്തിന്റെ ആവശ്യകത ബോദ്ധ്യപ്പെടുത്തിക്കൊണ്ടുള്ള കത്ത് ദിവാൻ വഴി ഗവൺമെന്റിലേക്ക് അദ്ദേഹം സമർപ്പിച്ചു. പാരമ്പര്യത്തിന്റെ ജീർണ്ണിച്ച ആഢ്യത്വവും പ്രഭുത്വവും ഒഴിഞ്ഞ് കർമ്മമാർഗ്ഗമാണ് ജീവിതയാത്രയുടെ വിജയമെന്ന് വിശ്വസിച്ചിരുന്ന രവിവർമ്മ വീണ്ടും പലതവണ ചിത്രാലയത്തിനായി മഹാരാജാവിനെയും ദിവാനേയും കാണുമായിരുന്നു. അഭിമാനക്ഷതമുണ്ടാകും വിധമുള്ള ഈ കൂടിക്കാഴ്ചകളിലും ചിത്രാലയം ആരംഭിക്കുന്നതിനുള്ള അനുമതിയുണ്ടായില്ല. ഇക്കാര്യത്തിൽ രവിവർമ്മ നിരാശനുമായിരുന്നു.

6

ഇതിഹാസങ്ങൾക്ക് വർണ്ണം ചാലിക്കുന്നു

ആയിരത്തിയെണ്ണൂറ്റിയെൺപത്തിയാറിൽ മൈസൂർ രാജാവിന്റെ ക്ഷണപ്രകാരം വീണ്ടും രവിവർമ്മയും സംഘവും മൈസൂറിലേക്ക് പോയി. ഒരു മാസക്കാലം അവിടെ താമസിച്ച് രാജാവ് ആവശ്യപ്പെട്ട ചില ചിത്രങ്ങൾ കൂടി വരച്ചു നല്കി. പ്രതിഫലവും സമ്മാനങ്ങളും നല്കിയ തോടൊപ്പം ആനക്കമ്പമുള്ള രവിവർമ്മയ്ക്ക് ഇത്തവണയും ഒരാനയെ ക്കൂടി നല്കിയാണ് അവരെ യാത്രയാക്കിയത്.

കിളിമാനൂരിൽ മടങ്ങിയെത്തിയ രവിവർമ്മ മുൻപ് തയ്യാറാക്കിവച്ചി രുന്ന സ്കെച്ചുകൾ ചിത്രങ്ങളാക്കാൻ തുടങ്ങി. നാട്ടിലുള്ളപ്പോൾ തുടർച്ച യായി ഇരുന്ന് വരയ്ക്കുന്ന ശീലമാണ് അദ്ദേഹത്തിനുണ്ടായിരുന്നത്. വര യ്ക്കുന്നതിനിടയിൽ സുഹൃത്തുക്കളും പണ്ഡിതന്മാരുമായും കുടുംബാം ഗങ്ങളുമൊക്കെയായി സംസാരിക്കുവാനും സംഗീതം ആസ്വദിക്കുവാനും രവിവർമ്മ സമയം കണ്ടെത്തിയിരുന്നു. സംഗീതാസ്വാദനവും പണ്ഡിത ന്മാരുമായുള്ള ഇടപെടലുകളും തന്റെ ചിത്രങ്ങളെ പൂർണ്ണതയിലെത്തി ക്കാനാവുമെന്ന് അദ്ദേഹം വിശ്വസിച്ചിരുന്നു.

നാട്ടിലുള്ളപ്പോൾ വൈകുന്നേരങ്ങളിൽ നടക്കാൻ പോകുന്ന ശീലവും അദ്ദേഹത്തിനുണ്ടായിരുന്നു. ഗ്രാമഭംഗി ആസ്വദിച്ച് പുതിയ പുതിയ സ്ഥല ങ്ങളിലേക്കാവും യാത്ര. സുഹൃത്തുക്കളും ഒപ്പമുണ്ടാവും. പ്രത്യേകത യുള്ള ഏതെങ്കിലും ദൃശ്യം കണ്ടാലുടൻ രവിവർമ്മ ഒന്നു നില്ക്കും. സ്കെച്ചുബുക്കും പെൻസിലും കൂടെയുള്ളവർ നല്കിയാലുടൻ സ്കെച്ചു ചെയ്യുകയായി. മനസ്സിൽ തറയ്ക്കുന്ന കാഴ്ചകളുടെ ദൃശ്യം പകർത്തുന്ന ശീലം രവിവർമ്മക്ക് എപ്പോഴുമുണ്ടായിരുന്നു. ഇങ്ങനെ വരയ്ക്കുന്ന രേഖാ ചിത്രങ്ങൾ ആവശ്യാനുസരണം പെയിന്റിങ്ങുകളിലേക്ക് ഉപയോഗിക്കു കയും ഇത്തരം സ്കെച്ചുകൾ വീണ്ടും വീണ്ടും പഠനം നടത്തുകയും

ചെയ്യുന്ന രീതിയും രവിവർമ്മയുടെ മാത്രം പ്രത്യേകതയായിരുന്നു. അതു പോലെ കിടപ്പുമുറിയിലെ മേശപ്പുറത്ത് സ്കെച്ച് ബുക്ക്, പെൻസിൽ, റബ്ബർ തിരിതാഴ്ത്തിയ വിളക്ക് എന്നിവ എപ്പോഴും തയ്യാറാക്കി വച്ചിരി ക്കും. ചിന്തകളിലോ അതുമല്ലെങ്കിൽ ഉറക്കത്തിലോ ചിത്രതലത്തിലേ ക്കുപയോഗിക്കാൻ കിട്ടുന്ന രൂപങ്ങളെ സ്കെച്ച് ബുക്കിൽ രേഖകളിലൂടെ വരച്ചുവെയ്ക്കാനും രവിവർമ്മ ശ്രദ്ധിച്ചിരുന്നു. നാല്പതാം വയസ്സിന് ശേഷവും രാത്രി ഏറെ നേരമിരുന്ന് ചിത്രംവരയ്ക്കാൻ അദ്ദേഹം മടി കാണിച്ചിരുന്നില്ല. കൃത്യസമയത്ത് ഉണരുക, ധ്യാനം, കുളി, പ്രാർത്ഥന ഏറ്റവും പ്രധാനമായി ചിത്രരചന ഇവയിലൊക്കെ അദ്ദേഹം നിഷ്ഠ പാലി ച്ചിരുന്നു. ചിത്രരചനയിലെ വിജയത്തിലേക്കുള്ള പടവുകൾക്ക് ഈ കൃത്യ നിഷ്ഠ പിൻബലമായിട്ടുണ്ട്.

രവിവർമ്മ കിളിമാനൂരിലുള്ളപ്പോൾ അദ്ദേഹത്തെ കാണാൻ കവി കളും പണ്ഡിതരും ജ്യോതിഷപണ്ഡിതരും കൃഷിക്കാരും കച്ചവടക്കാരും കലാകാരന്മാരുമടക്കം വിവിധ മേഖലകളിലുള്ളവർ എത്തുമായിരുന്നു. പലതരത്തിലുള്ള ആവശ്യങ്ങളുമായെത്തുന്ന ഇവരെ സന്തോഷത്തോ ടെയാണ് രവിവർമ്മ സ്വീകരിക്കുന്നതും മടക്കി അയക്കുന്നതും.

1887 ൽ രവിവർമ്മയുടെ മാതാവ് ഉമാംബഭായി തമ്പുരാട്ടി നിര്യാത യായി. അൻപത്തിയഞ്ചു വയസുമാത്രം പ്രായമുണ്ടായിരുന്ന ഉമാംബ ഭായി തമ്പുരാട്ടി മരിക്കുന്നതുവരെ കൊട്ടാരത്തിലിരുന്ന് ചിത്രരചനയിൽ താല്പര്യമുള്ള കുട്ടികളെ പഠിപ്പിച്ചിരുന്നു. ചിത്രരചന വശമുണ്ടായിരുന്ന തമ്പുരാട്ടിക്ക് മകന്റെ വളർച്ച പൂർണ്ണമായി കാണാനും അനുഭവിക്കാ നുമുള്ള ഭാഗ്യമുണ്ടായില്ല. ഒരു വർഷക്കാലം യാത്രകളുപേക്ഷിച്ച് ആഘോ ഷങ്ങളിലും വിനോദപരിപാടികളിലും പങ്കെടുക്കാതെ രവിവർമ്മ കൊട്ടാ രത്തിൽ തന്നെ കഴിഞ്ഞുകൂടി. പുരാണപാരായണവും കാവ്യപഠനവും അപ്പോഴും മുടക്കിയിരുന്നില്ല. പുരാണപരായണത്തിലൂടെയും സംസ്കൃ തകാവ്യങ്ങളിലൂടെയും ചിത്രങ്ങൾ വരയ്ക്കാനനുയോജ്യമായ മുഹൂർത്ത ങ്ങൾ കണ്ടുപിടിച്ച് അവ കുറിച്ചുവയ്ക്കുന്ന പതിവ് അദ്ദേഹം തുടർന്നു കൊണ്ടിരുന്നു. പ്രത്യേകിച്ച് മനസ്സിന് പ്രയാസമുള്ളപ്പോഴൊക്കെ.

ഡയറി എഴുതുന്ന ശീലമില്ലാത്ത രവിവർമ്മ അമ്മയെക്കുറിച്ചും അമ്മ യുടെ അവസാന ദിവസത്തെക്കുറിച്ചും എഴുതിയിരുന്നു. ഒരു ഭാഗം ഇങ്ങനെ. അക്കാലഭാഷാശൈലിയും പ്രത്യേകതയും ആചാരാനുഷ്ടാ നങ്ങളും കൂടി വെളിവാക്കുന്നതാണ് ഈ കുറിപ്പ്.

കിളിമാനൂർ കൊട്ടാരത്തിൽ മകയിരം തിരുനാൾ അമ്മത്തമ്പുരാട്ടി 1007 മേടം 25-ാം തീയതി ജനിച്ചു. 1033 മാണ്ട് പാർവ്വതീസ്വയം വരം തുള്ളൽക്കഥയുണ്ടാക്കി. ഇതു മുതൽ ഉദയത്തിന് ഏഴരനാ ഴികക്ക് മുൻപ് എഴുന്നേറ്റ് വസ്ത്രം മാറി, ദേശശുദ്ധി വരുത്തി, ഈശ്വരസ്മരണ ചെയ്തുകൊണ്ടും ആറ് മണി വരെ ഇരിക്കും. ഒൻപതു മണിയ്ക്ക് സ്നാനം കഴിച്ച് പതിനൊന്നര മണിവരെയും

പകലേ നാലുമണി മുതൽ ആറുമണിവരെയും ഏഴുമണിമുതൽ ഒൻപതു മണിവരെയും ഈശ്വരസ്മരണാകാലമായിരുന്നു. അതി നിടയ്ക്കുള്ള സമയങ്ങളിൽ കണ്ണുചികിത്സ, ബാലചികിത്സ എന്നിവ ചെയ്യുകയും പാട്ടുകൾ, കാവ്യങ്ങൾ, ചിത്രങ്ങൾ വരപ്പ് മുതലാ യവ പഠിപ്പിക്കുകയും ചെയ്തുവന്നിരുന്നു. സ്വഭാവഗുണവും ദയയും ദാക്ഷിണ്യവും ഏറ്റവും ശ്ലാഘനീയമായിരുന്നു... ചരമകാ ലത്തിൽ ധൈര്യത്തോടും ഭക്തിയോടും ഇഷ്ടപ്രകാരമുള്ള സക ലദാനധർമ്മങ്ങൾ ചെയ്തും ഈ സമയം ധരിക്കുന്നതിനായി സൂക്ഷിച്ചിരുന്ന പുണ്യസ്ഥലങ്ങളിലെ ഭസ്മം, ചന്ദനം, തുളസി, രുദ്രാക്ഷം മുതലായവ ധരിച്ചും ഗംഗാജലം, രാമേശ്വരതീർത്ഥം, വർക്കല തീർത്ഥം ഇതുകൊണ്ട് ദേഹവും ഭൂമിയും ശുദ്ധി ചെയ്തും കന്യാകുമാരി മണൽ വിരിച്ച് അതിൻമീതെ തുളസി, ദർഭ ഇവ വിരിച്ച് ശയിച്ചും കൊണ്ട് സ്തോത്രങ്ങളും മറ്റും ജപിച്ചും ചുറ്റുമുള്ള സകലരും വ്യസനം കൂടാതെ സന്തോഷത്തോടും ഭക്തി യോടും സ്തോത്രങ്ങളും മറ്റും ജപിക്കുന്നതിന് ആജ്ഞാപിച്ചു കൊണ്ട് ജീവാവസാനം വരെ ഓർമ്മയോടുകൂടി 1062 മകരം 18 -ാം തീയതി കൈലാസം പ്രാപിച്ചു.

മാതാവിന്റെ നിര്യാണവുമായി ബന്ധപ്പെട്ട് കൊട്ടാരത്തിൽ തന്നെ കഴിഞ്ഞ ഒരുവർഷക്കാലത്തിനിടയ്ക്ക് രണ്ട് ചിത്രങ്ങൾ രവിവർമ്മ വര യ്ക്കുകയുണ്ടായി. രണ്ടും ച്ചായാചിത്രങ്ങളായിരുന്നു. കലാസ്വാദകനും രവിവർമ്മയുടെ ആരാധകനുമായ ഡോ. ഫർണൽ സായ്പിന്റെയും വിജ യനഗരത്തിലെ പ്രമുഖനായ ഒരു സാമൂഹ്യപ്രവർത്തകന്റെയും ച്ചായാ ചിത്രങ്ങളായിരുന്നു വരച്ചത്. പിന്നീട് വിജയനഗരത്തിൽ ഈ ചിത്രം അനാ ഛാദനം ചെയ്തവേളയിൽ പത്രമാധ്യമങ്ങളും ആസ്വാദകരും നാട്ടുകാരും രവിവർമ്മയുടെ കലാചാതുരിയെ വാനോളം പുകഴ്ത്തി.

ചിത്രങ്ങൾ അച്ചടിച്ച് പ്രചരിപ്പിക്കുന്നതിന് വിദേശത്തു നിന്ന് പലരും രവിവർമ്മയെ ബന്ധപ്പെട്ടുകൊണ്ടിരുന്നു. മുൻകൂർ പ്രതിഫലം നല്കി ചിത്രങ്ങൾ അച്ചടിക്കാൻ ചില വിദേശകമ്പനികൾ രവിവർമ്മയ്ക്ക് കത്തു കളും അയച്ചിരുന്നു. പക്ഷേ, അവയെല്ലാം ചിത്രകലയെ പ്രോത്സാഹിപ്പി ക്കുകയും ജനങ്ങളിലേക്കെത്തിക്കുക എന്ന ലക്ഷ്യത്തിനപ്പുറം കച്ചവട താല്പര്യം മാത്രമാണെന്ന് മനസ്സിലാക്കിയ രവിവർമ്മ ചിത്രങ്ങൾ നല്കാൻ തയ്യാറായില്ല. പകരം അനുജൻ രാജരാജവർമ്മയുമായും അടുത്ത ചില സുഹൃത്തുക്കളുമായും അച്ചടിശാല സ്വന്തമായി തുടങ്ങു ന്നതിനെക്കുറിച്ചുള്ള ആലോചന സജീവമാക്കുകയും ചെയ്തു. അച്ചടി ശാല തുടങ്ങാൻ വലിയ മുതൽമുടക്കാവശ്യമായിരുന്നു. എന്നാൽ ആവ ശ്യമായ പണം സ്വരൂപിക്കുന്നതിനോ സൂക്ഷിക്കുന്നതിനോ സ്വന്തമായി അവ കൈകാര്യം ചെയ്യുന്നതിനോ അദ്ദേഹം ശ്രദ്ധിച്ചിരുന്നില്ല. ഇതേക്കു റിച്ച് രവിവർമ്മയുടെ മകൻ ആർട്ടിസ്റ്റ് രാമവർമ്മ ഇങ്ങനെ രേഖപ്പെടു

ത്തിയിരിക്കുന്നു.

അച്ഛൻ വലിയ ദാനശീലനായിരുന്നു. പലയാളുകൾക്കും തന്നാൽ കഴിയുന്ന സഹായങ്ങൾ ചെയ്തുകൊടുക്കാൻ വളരെ ഉത്സാഹ മായിരുന്നു. ചില സമയങ്ങളിൽ കടം വാങ്ങിയും സഹായങ്ങൾ ചെയ്തി രുന്നതായി എനിക്കറിയാം. അദ്ദേഹം സാഹിത്യാദികലകൾക്കും നാട്ടു കാരുടെ നന്മയ്ക്കും വേണ്ടി (കൃഷി, കച്ചവടം മുതലായ തൊഴിലു കൾക്കും) പ്രോത്സാഹനം നല്കി വന്നു. സ്വർണ്ണമായും പണമായും വിദ്യാർത്ഥികൾക്ക് പഠനാവശ്യങ്ങൾക്കും ഉപരിപഠനത്തിനും അല്ലാതെ യുള്ള അത്യാവശ്യങ്ങൾക്കും നാട്ടുകാർക്കും സൗഹൃദവലയത്തി നുള്ളിലും പുറത്തുള്ളവർക്കും രവിവർമ്മ കൈയയച്ച് സഹായം നല്കി യിരുന്നു. അദ്ദേഹത്തിന്റെ മരണശേഷം കത്തുകളിലൂടെയും അനുശോ ചനസന്ദേശത്തിലൂടെയും ഈ സഹായസ്മരണ നിരവധിപേർ വെളിപ്പെ ടുത്തിയിട്ടുള്ളതായി രേഖകൾ തെളിയിക്കുന്നു. ചിത്രകലയൊഴിച്ചുള്ള മറ്റ് കലാരംഗങ്ങളിലെ കലാകാരന്മാരെയും രവിവർമ്മ കണക്കറ്റ് പ്രോത്സാ ഹിപ്പിക്കുകയും സഹായിക്കുകയും ചെയ്തിട്ടുണ്ട്. ഉദാഹരണം കിളിമാ നൂർ കൊട്ടാരത്തിലെ പ്രവേശന കവാടത്തിലെ കമാനം, വലിയ മാളിക എന്നിവ. ധാരാളം പണം ചെലവാക്കിയാണ് കലാഭംഗിയോടെ ഇവ നിർമ്മി ച്ചിരിക്കുന്നത്. വാസ്തുവിദ്യ, ശില്പകല, കൊത്തുപണി എന്നീ മേഖല കളിലെ കലാകാരന്മാരെ പ്രോത്സാഹിപ്പിക്കുക കൂടി അദ്ദേഹം ലക്ഷ്യമി ട്ടിരിക്കാം.

ബറോഡ മഹാരാജാവ് സുഖവാസത്തിനായി നീലഗിരിയിൽ എത്തി യപ്പോൾ രവിവർമ്മയെ കാണാൻ ആഗ്രഹം പ്രകടിപ്പിച്ചു. അതനുസരിച്ച് അദ്ദേഹം നീലഗിരിയിലെത്തി. ഏതാനും ദിവസങ്ങൾ രാജാവിനോടൊപ്പം രവിവർമ്മയും നീലഗിരിയിൽ താമസിച്ചും പുരാണഗ്രന്ഥങ്ങളെയും പാര മ്പര്യത്തെയും സംസ്കാരത്തെയുമൊക്കെ ആദരിച്ചിരുന്ന ബറോഡ മഹാ രാജാവ് *രാമായണത്തിലെയും മഹാഭാരതത്തിലെയും* മനസ്സിൽ തങ്ങി നില്ക്കുന്ന ചില മുഹൂർത്തങ്ങൾ കൂടി ചിത്രീകരിക്കുവാനുള്ള ആഗ്രഹം രവിവർമ്മയെ ധരിപ്പിച്ചു. ഈ വിഷയങ്ങളെക്കുറിച്ച് ഇരുവരും ചർച്ച ചെയ്യു കയും വ്യത്യസ്ത കഥാസന്ദർഭങ്ങളും ഭാവതലങ്ങളും ഉൾക്കൊള്ളാൻ കഴിയുന്ന കുറേ മുഹൂർത്തങ്ങൾ ഉൾപ്പെടുത്തിക്കൊണ്ട് ചിത്രങ്ങൾ വര യ്ക്കാൻ രവിവർമ്മ തീരുമാനിച്ചു. ഈ നിയോഗം ഒരു വെല്ലുവിളിയായി സ്വീകരിച്ച് ചിന്തയും ഭാവനയും ബുദ്ധിയും അറിവുമൊക്കെ ഇഴചേർത്തു കൊണ്ട് പുരാണകഥകളിൽ നിന്ന് പതിന്നാലു വിഷയങ്ങൾ ചിത്രരചന യ്ക്കായി അദ്ദേഹം തെരഞ്ഞെടുത്ത രേഖാചിത്രങ്ങൾ തയ്യാറാക്കാനാരം ഭിച്ചു. *നളനും ദമയന്തിയും, ശന്തനുവും മത്സ്യഗന്ധിയും, കീചകനും സൈരന്ധ്രിയും, ശ്രീകൃഷ്ണനും ദേവകിയും, രാധയും കൃഷ്ണനും, കംസമായ, അർജ്ജുനനും സുഭദ്രയും സീതാസ്വയംവരം, ശ്രീകൃഷ്ണ ജനനം, ഭരതനും സിംഹക്കുട്ടിയും, ഹരിശ്ചന്ദ്രനും താരമതിയും, പാഞ്ചാലി വസ്ത്രാക്ഷേപം, വിശ്വാമിത്രനും മേനകയും, ശന്തനുവും*

ഗംഗയും എന്നീ പേരുകൾ നല്കി അതിനനുയോജ്യമായ രൂപമാതൃക കളാണ് ആദ്യം തയ്യാറാക്കിയത്. കഥാപാത്രങ്ങൾ ചിത്രതലത്തിൽ എവി ടെയായിരിക്കണമെന്നും പശ്ചാത്തലമെന്തായിരിക്കണമെന്നുമുള്ള ധാര ണക്കായി നിരവധി സ്കെച്ചുകൾ അദ്ദേഹം വരച്ചുണ്ടാക്കിയിരുന്നു. അനു ജൻ രാജരാജവർമ്മയുമായും പണ്ഡിതശ്രേഷ്ഠരായ ചില സുഹൃത്തു ക്കളോടും ഇതേക്കുറിച്ച് ചർച്ച ചെയ്യുകയും ചർച്ചകളിലൂടെയും വീണ്ടും വീണ്ടുമുള്ള കാഴ്ചകളിലൂടെയും ഒരു ചിത്രത്തിനുതന്നെ നിരവധി സ്കെച്ചുകൾ തയ്യാറാക്കുകയും ചെയ്തിരുന്നു. ചിത്രരചനയ്ക്ക് മനസ്സു കൊണ്ട് രവിവർമ്മ തയ്യാറായിരുന്നെങ്കിലും പലതരത്തിലുള്ള ആശങ്ക കൾ രേഖാചിത്രരചനയ്ക്കിടയിൽ അദ്ദേഹത്തെ അലട്ടിയിരുന്നതായി അനുജന്റെ ഡയറിക്കുറിപ്പുകൾ വ്യക്തമാക്കുന്നു. പ്രധാനമായും പുരാ ണകഥാപാത്രങ്ങളുടെ വേഷവിധാനങ്ങൾ, ആടയാഭരണങ്ങൾ മുടിയൊ രുക്കം എന്നീ ഘടകങ്ങളിലായിരുന്നു ചില ആശയക്കുഴപ്പമുണ്ടായത്. വൈവിധ്യമാർന്ന വേഷവിധാനങ്ങളും ആഭരണങ്ങളുമൊക്കെ അണി യുന്ന ഭാരതീയരുടെ മനസ്സിലേക്ക് തന്റെ ചിത്രങ്ങൾ കടന്നുചെല്ലുമ്പോൾ ഇതൊക്കെ ഏറെ സൂക്ഷ്മമമായി കൈകാര്യം ചെയ്യണമെന്ന ബോധവും രവിവർമ്മയെ അലട്ടിയിരുന്നു. പുരാണചിത്രങ്ങൾ നേരത്തെ വരച്ചിട്ടുണ്ടെ ങ്കിലും ഇത്രയധികം ചിത്രങ്ങൾ വരയ്ക്കേണ്ടതിനാൽ പഠനത്തിലൂടെ സമന്വയിക്കാവുന്ന ശൈലീസങ്കേതങ്ങളും രവിവർമ്മ ആഗ്രഹിച്ചിരുന്നു.

അതുകൊണ്ടുതന്നെ വൈവിദ്ധ്യമാർന്ന ഭാരതീയ ജനജീവിതവും ചുറ്റുപാടുകളും നേരിൽക്കണ്ടശേഷം ചിത്രരചന ആരംഭിക്കാമെന്ന് തീരു മാനിച്ചുകൊണ്ട് രവിവർമ്മയും സംഘവും ഒരു ഭാരതയയാത്രയ്ക്ക് തുട ക്കമിട്ടു. 1889 ൽ യാത്രയാരംഭിച്ചു. ചരിത്രപ്രാധാന്യമുള്ള രാജമന്ദിരങ്ങൾ, കോട്ടകൾ, ചിത്രശില്പങ്ങളാൽ അലങ്കൃതമായ ക്ഷേത്രങ്ങൾ അങ്ങനെ ഭാരതത്തിന്റെ വൈവിധ്യമാർന്ന ജനങ്ങളുടെ ഇടയിലൂടെ ദീർഘമായൊരു യാത്ര. തന്റെ രചനകളുടെ പൂർണ്ണതയ്ക്ക് ഒരംശംപോലും കുറവു വരാ തിരിക്കാനാണ് രവിവർമ്മ ഇങ്ങനെയൊരു യാത്ര തീരുമാനിച്ചത്. പ്രത്യേ കിച്ച് മികച്ച യാത്രാസൗകര്യങ്ങളൊന്നുമില്ലാതിരുന്ന കാലത്ത്.

വൈവിധ്യമാർന്ന ഭൂപ്രദേശങ്ങളിലൂടെ, സംസ്കാരങ്ങളിലൂടെ, കൃഷി- ജീവിതരീതികളിലൂടെ, വേഷ-ഭാഷാശൈലികളിലൂടെ വേറിട്ട ഭരണരീതികളിലൂടെ രവിവർമ്മയും അനുജൻ രാജരാജവർമ്മയും യാത്ര തുടർന്നു. കണ്ടും അനുഭവിച്ചും ഒട്ടേറെ കാര്യങ്ങൾ പഠന നിരീക്ഷണ ങ്ങൾക്ക് വിധേയമാക്കിക്കഴിഞ്ഞുവെങ്കിലും ഒരു വർഷത്തെ ഭാരതപര്യ ടനം കഴിഞ്ഞ് നാട്ടിലെത്തുമ്പോൾ അന്നത്തെ ഭാരതത്തിന്റെ അവസ്ഥ യിൽ രവിവർമ്മ ദുഃഖാകുലനായിരുന്നു. കൽക്കത്ത, ദില്ലി, ലാഹോർ, പ്രയാഗ്, അലഹാബാദ്, ഗയ, മധുര, കാഞ്ചിപുരം, ചിദംബരം, ദക്ഷിണ മധുര, ശ്രീരംഗം തുടങ്ങിയ ചരിത്രപ്രസിദ്ധവും പുരാതനവുമായ പ്രധാന സ്ഥലങ്ങളെല്ലാം സംഘം സന്ദർശിച്ചിരുന്നു. സ്കെച്ചുകളും കവിതകളും കൊണ്ട് സമ്പന്നമായ സ്കെച്ചുബുക്കുകൾ നിരവധിയുണ്ടായെങ്കിലും

പുരാണകഥാപാത്രങ്ങളുടെ വേഷങ്ങൾ എന്തായിരിക്കണമെന്ന് വീണ്ടും പഠനങ്ങളിലായിരുന്നു രവിവർമ്മ-പ്രത്യേകിച്ച് സ്ത്രീകളുടെ മുലക്കച്ച കെട്ടുകയും, റൗക്കധരിക്കുകയും ചെയ്തിരുന്ന കേരളീയ സ്ത്രീകളുടെ വേഷത്തിനൊരു രൂപമാറ്റത്തിനാണ് രവിവർമ്മ ശ്രമിച്ചുകൊണ്ടിരുന്നത്. രവിവർമ്മ സ്ത്രീവസ്ത്രങ്ങളിൽ കണ്ടെത്തിയ രൂപമാറ്റമാണ് സാരിയും ബ്ലൗസും. അങ്ങനെ രവിവർമ്മ തന്റെ കഥാപാത്രങ്ങളെ സാരിയണിയി ക്കുകയും അത് കേരളത്തിലും ഭാരതത്തിലാകെയും ആ വേഷം സ്ത്രീകൾ ഏറെ ഇഷ്ടത്തോടെ സ്വീകരിക്കുകയുമാണുണ്ടായത്. ഒരു തരത്തിൽ ആധുനികമായ ഈ വസ്ത്രസങ്കല്പമായിരുന്നു അക്കാലത്ത് അദ്ദേഹം ആവിഷ്കരിച്ചതും തന്റെ കഥാപാത്രങ്ങളെ കൂടുതൽ സൗന്ദ രൃവതികളാക്കിയതും.

കസവ് ബോർഡറുകളുള്ള സാരിയും ബ്ലൗസും ചേർന്ന വസ്ത്ര ാലങ്കാരങ്ങളിൽ ഒരു പ്രത്യേക നിറത്തിനോടുള്ള താല്പര്യവും ആഭര ണങ്ങളുടെ ധാരാളിത്തവും രവിവർമ്മ ചിത്രങ്ങളിൽ കടന്നുവന്നിരുന്ന തായി കാണാം. ഭാരതത്തിൽ പൊതുവായ ഒരു വസ്ത്രധാരണരീതി ഇല്ലാ യിരുന്ന കാലത്ത് രവിവർമ്മ വരച്ചു ചേർത്ത വേഷങ്ങളാണ് പിന്നീട് സ്ത്രീകളുടെ ഇഷ്ടവേഷമായി മാറിയത്; പ്രത്യേകിച്ച് മലയാളികളുടെ. രവിവർമ്മയുടെ കല ജനങ്ങളിലുണ്ടാക്കിയ സ്വാധീനമാണ് ഇത് പ്രകട മാക്കുന്നത്.

സാധാരണ ജനതയ്ക്ക് അപ്രാപ്യമായ ചിത്രകലയെ അവരുടെ മന സ്സിൽ പ്രതിഷ്ഠിച്ചിരുന്ന പുരാണ കഥാപാത്രങ്ങളിലൂടെ അവരുടെ കൺമു ന്നിൽ ആവിഷ്ക്കരിക്കപ്പെടുകയുമായിരുന്നു. അവതാരപുരുഷന്മാരെയും പുരാണകഥാപാത്രങ്ങളെയും നമുക്കിടയിലുള്ള സാധാരണ മനുഷ്യരൂ പങ്ങളിലൂടെയാണ് അദ്ദേഹം അവതരിപ്പിച്ചത്. സഹസ്രാബ്ദങ്ങൾക്ക് മുമ്പ് രൂപപ്പെട്ട പുരാണകഥാപാത്രങ്ങൾക്ക് അദ്ദേഹം രൂപകല്പന ചെയ്യപ്പെട്ട വേഷങ്ങൾ അദ്ദേഹത്തിന്റെ കലയിലെ ശ്രദ്ധേയമായ ഒരുൾക്കാഴ്ച തന്നെ യാണ്. ലോകമെമ്പാടുമുള്ള ജനത പ്രത്യേകിച്ച് ഇന്ത്യൻ ജനത ഇരു കൈകളും നീട്ടി രവിവർമ്മചിത്രങ്ങൾ സ്വീകരിക്കുവാനുള്ള കാരണവും മറ്റൊന്നല്ല.

പുരാണകഥാപാത്രങ്ങളെ ചരിത്രസ്മരണയുണർത്തുന്ന ദൃശ്യപരത നല്കി സമകാലിക ദൃശ്യബോധവുമായി ഇണക്കിച്ചേർത്ത് എല്ലാവിഭാഗം ആളുകൾക്കും ഇഷ്ടമാകുന്ന ഒരു ലാവണ്യസങ്കല്പം മനസ്സിലൂന്നിയാണ് അദ്ദേഹം രചന നടത്തിയത്. പശ്ചാത്തലപ്രകൃതിദൃശ്യങ്ങൾ, പശ്ചാത്ത ലത്തിൽ ലയിച്ചുപോകുന്ന വാസ്തുശില്പചാതുരികൾ കഥാപാത്രങ്ങ ളുടെ അംഗവിക്ഷേപങ്ങൾ ചലനഭാവപ്രകടനങ്ങൾ ഇവയൊക്കെ ഇക്കാല രചനകളിലെ പ്രത്യേകതയായി കാണാവുന്നതാണ്. പതിനാലു ചിത്ര ങ്ങളുടെ രചന ഒരു വർഷം കൊണ്ടാണ് രവിവർമ്മ പൂർത്തിയാക്കിയത്. കലയ്ക്കുവേണ്ടിയുള്ള തപസ്സുകൂടിയായിരുന്നു ഈ ചിത്രങ്ങളുടെ രച നാകാലം. അനുജൻ രാജരാജവർമ്മയും സഹോദരി മംഗളാഭായി തമ്പു

രാട്ടിയും ചിത്രരചനയിൽ അദ്ദേഹത്തെ സഹായിക്കാൻ ഒപ്പം കൂടുമായി രുന്നു.

ഒരു വർഷത്തെ ഭാരതപര്യടനവും ദീർഘമായ തയ്യാറെടുപ്പുകളും രാപ്പകലുള്ള കഠിനമായ പരിശ്രമവുമായിരുന്നു ബറോഡ മഹാരാജാവി നുവേണ്ടിയുള്ള ചിത്രങ്ങൾക്ക് പൂർണ്ണത പകരാനായത്. രവിവർമ്മയുടെ ജീവിതക്രമങ്ങളിലും സ്വഭാവരീതിയിലും മാറ്റം വന്ന ഈ രചനാകാലം ശുദ്ധമായ കലയ്ക്കു വേണ്ടിയുള്ള തപസ്സായിരുന്നുവെന്ന് കുടുംബാംഗ ങ്ങളും സുഹൃത്തുക്കളും രേഖപ്പെടുത്തുന്നു. അവരിൽ പലരും ഈ ചിത്ര ങ്ങൾക്ക് മോഡലായും (മാതൃക) സഹകരിച്ചിട്ടുണ്ട്. അദ്ദേഹത്തിന്റെ രചനാ രീതിയെക്കുറിച്ച് ചിത്രകാരികൂടിയായ സഹോദരി മംഗളാഭായി തമ്പുരാട്ടി ഇങ്ങനെ രേഖപ്പെടുത്തിയിട്ടുണ്ട്. 'പുലർച്ച മുതൽ എഴുതാൻ തുടങ്ങിയാൽ കുളിക്കും ഭക്ഷണത്തിനുമുള്ള സമയത്തല്ലാതെ തൂലിക താഴെ വയ്ക്കാറില്ല. സഹോദരൻ രാജാരാജവർമ്മ കൂടി എഴുതിക്കൊ ണ്ടിരിക്കുകയാണെങ്കിൽ രണ്ടുപേരും കൂടി ഹിന്ദുസ്ഥാനിയിൽ സംഭാ ഷണം ചെയ്ത് ആ ഭാഷ ദൃഢമാക്കുന്ന ജോലിയും ഒപ്പം നിർവ്വഹിക്കും. മദ്ധ്യാഹ്നഭക്ഷണത്തിനുശേഷം വിശ്രമാർത്ഥം ഒരു മണിക്കൂർനേരം ഒന്ന് കിടക്കും.'

ഒരു വർഷക്കാലം രവിവർമ്മ പുറത്തിറങ്ങാതെ കിളിമാനൂർ കൊട്ടാ രത്തിൽ തന്നെ ഒതുങ്ങി നിന്ന് ചിത്രരചനയിൽ മുഴുകി. പുതിയ പതി നാലു ചിത്രങ്ങളെക്കുറിച്ച് കേട്ടറിഞ്ഞ നാട്ടുകാരും ബന്ധുജനങ്ങളും സുഹൃത്തുക്കളും ചിത്രങ്ങൾ കാണാൻ എത്തിത്തുടങ്ങി. കണ്ടവർ പറ ഞ്ഞറിഞ്ഞ് മറ്റ് സ്ഥലങ്ങളിൽ നിന്ന് തിരുവനന്തപുരത്തു നിന്നും പല പ്രമുഖരും എത്തിയിരുന്നു. അവരിൽ പലരുടെയും അഭിപ്രായങ്ങൾ സ്വരൂ പിച്ചാണ് പൊതുസ്ഥലത്ത് ചിത്രങ്ങൾ പ്രദർശിപ്പിക്കുക എന്ന ആശയം രവിവർമ്മക്കുണ്ടായത്. പുരാണേതിഹാസ വിഷയങ്ങൾക്ക് പ്രാധാന്യം കൊടുത്തു വരച്ച ഈ ചിത്രങ്ങൾ തന്റെ നാട്ടുകാർ കാണണമെന്ന് രവി വർമ്മ ആഗ്രഹിച്ചിരുന്നു. ശ്രീമൂലം തിരുനാൾ മഹാരാജാവിനോട് തന്റെ ആഗ്രഹമറിയിക്കുകയും മഹാരാജാവിന്റെ നിർദ്ദേശപ്രകാരം തിരുവന ന്തപുരം കാഴ്ചബംഗ്ലാവിൽ പ്രസ്തുത ചിത്രങ്ങളുടെ പ്രദർശനം നട ത്താൻ അനുമതി ലഭിക്കുകയും ചെയ്തു. ബ്രിട്ടീഷ് റസിഡന്റിന്റെ അദ്ധ്യ ക്ഷതയിൽ കൂടിയ ചടങ്ങിൽ ചിത്രപ്രദർശനം ആരംഭിച്ചു. തിരുവിതാം കൂറിന്റെ ചരിത്രത്തിലാദ്യമായി എല്ലാവിഭാഗം ജനങ്ങൾക്കും കാണാൻ അവസരമുണ്ടാക്കിയ പ്രദർശനമായിരുന്നു ഇത്. കലാകാരന്മാരും കലാ സ്വാദകരും സാധാരണക്കാരായ ജനങ്ങളുമടക്കം സമൂഹത്തിന്റെ വിവിധ മേഖലകളിലുമുള്ള നിരവധിപ്പേർക്ക് രവിവർമ്മ ചിത്രങ്ങൾ നേരിൽക്കണ്ട് ആസ്വദിക്കാനായി. പുരാണകഥകളിലൂടെയും ശില്പരൂപങ്ങളിലൂടെയും മനസ്സിൽ പതിഞ്ഞ രൂപങ്ങളുമാണ് രവിവർമ്മ പുതിയൊരു രൂപ-വർണ്ണ ചാരുത നല്കി അവതരിപ്പിച്ചത്. നവീനമായൊരു രൂപലാവണ്യബോധം സാധാരണജനങ്ങൾക്ക് കൂടി പകർന്നുകിട്ടാൻ വഴിയൊരുക്കി എന്നതാണ്

ഈ പ്രദർശനത്തിന്റെ മറ്റൊരു നേട്ടം.

1891 ഡിസംബറിൽ അനുജൻ രാജരാജവർമ്മയോടൊപ്പം ചിത്രങ്ങ
ളുമായി രവിവർമ്മ ബറോഡയിലെത്തി. ബറോഡ രാജാവും ജനങ്ങളും
ഉത്സവം പോലെയാണ് ഈ കലാകാരന്മാരെ സ്വീകരിച്ചത്. ചിത്രങ്ങൾ
പ്രദർശിപ്പിക്കുന്നതിനുള്ള തയ്യാറെടുപ്പുകൾക്കിടയിലാണ് താങ്ങാനാ
വാത്ത ദുഃഖവാർത്ത രവിവർമ്മയെ തേടിയെത്തിയത്. പ്രിയപത്നിയുടെ
ദേഹവിയോഗം. 24 വർഷത്തെ ദാമ്പത്യജീവിതം—സന്തോഷത്തിന്റെയും
ദുഃഖത്തിന്റെയും പരിഭവത്തിന്റെയും ദിനങ്ങൾ അങ്ങനെ അവസാനിച്ചി
രിക്കുന്നു. സ്വന്തം ജീവിതത്തിനപ്പുറം കലയെ ഉപാസിച്ച രവിവർമ്മയ്ക്ക്
തന്റെ ജീവിതപങ്കാളിയുടെ ഭൗതികശരീരം കാണാനുള്ള അവസരവും
വിധി അനുവദിച്ചില്ല. ഒരുമാസക്കാലം ദുഃഖഭാരത്തോടെ ബോംബെയിൽ
പൊതുരംഗത്തേക്കിറങ്ങാതെ അദ്ദേഹം കഴിച്ചുകൂട്ടി.

ബറോഡയിൽ ലക്ഷ്മിവിലാസം കൊട്ടാരത്തിലാണ് രവിവർമ്മ വരച്ച
പതിനാലു ചിത്രങ്ങളും പ്രദർശിപ്പിക്കാൻ തീരുമാനിച്ചത്. ബറോഡയിലെ
സാധാരണക്കാരായ ജനങ്ങൾ രവിവർമ്മ ചിത്രങ്ങൾ കാണാൻ ആഗ്ര
ഹിച്ചിരുന്നു. ഇതു മനസ്സിലാക്കി ബറോഡ രാജാവ്, ലക്ഷ്മിവിലാസം
കൊട്ടാരത്തിന് പുറത്ത് കുറച്ചു ദിവസം ചിത്രങ്ങൾ പ്രദർശിപ്പിക്കുവാൻ
ഉത്തരവ് നല്കി. രവിവർമ്മയും അനുജൻ രാജരാജവർമ്മയും ബറോഡ
രാജ്യത്തിന്റെ മുഖ്യാതിഥിയായി രാജസദസ്സിൽ സ്വീകരിക്കപ്പെട്ടു.

ബറോഡയുടെ ചരിത്രത്തിലാദ്യമായിട്ടാണ് ജനങ്ങൾക്ക് ഇത്തര
മൊരു കലാപ്രദർശനം കാണാൻ അവസരം ലഭിക്കുന്നത്. പതിനാല്
പുരാണചിത്രങ്ങൾ ഒന്നിച്ചു പ്രദർശിപ്പിക്കുന്നത് കാണാൻ ബറോഡയിൽ
നിന്നു മാത്രമല്ല ഭാരതത്തിന്റെ വിവിധ ഭാഗങ്ങളിൽ നിന്നും ജനങ്ങൾ
എത്തിക്കൊണ്ടിരുന്നു. തൊഴിലാളികളും സാധാരണക്കാരായ ജനങ്ങളും
കലാകാരന്മാരും കലാസ്വാദകരുമായി ലക്ഷക്കണക്കിനാളുകൾ കാൽന
ടയായും കുതിരവണ്ടിയിലും കാളവണ്ടിയിലും തീവണ്ടിയിലുമായി എത്തി
ക്കൊണ്ടിരുന്നു. ഒരിക്കൽ പ്രദർശനം കണ്ടവർ തന്നെ ചില ചിത്രങ്ങൾ
വീണ്ടും കാണണമെന്ന ആഗ്രഹത്തോടെ വീണ്ടും പ്രദർശനഹാളിലെ
ത്തുന്ന അവസ്ഥയുമുണ്ടായി. അത്രമാത്രം ജനങ്ങൾ സ്വീകരിച്ച ചിത്ര
ങ്ങളായിരുന്നു ഇവ,

തിരുവനന്തപുരത്തു നടത്തിയ പ്രദർശനത്തേക്കാൾ വമ്പിച്ച ജന
സാന്നിദ്ധ്യവും വിജയവുമായിരുന്നു ബറോഡയിൽ സംഘടിപ്പിച്ചപ്പോൾ
ലഭിച്ചത്. അങ്ങനെ ബറോഡയിലെ പ്രദർശനം രവിവർമ്മയുടെ കലാജീ
വിതത്തിലെ അവിസ്മരണീയ മുഹൂർത്തമായി മാറി. ബോംബെയിലും
ബറോഡയിലും നടന്ന ചിത്രപ്രദർശനങ്ങളാണ് രവിവർമ്മയും സ്വാമിവി
വേകാനന്ദനുമായുള്ള സൗഹൃദത്തിന് തുടക്കമാകുന്നത്.

7

സ്വാമി വിവേകാനന്ദന്റെ
സന്ദർശനം

ബറോഡ ചിത്രപ്രദർശനം രവിവർമ്മയെ ചിത്രകലാരംഗത്ത് പ്രശ സ്തനാക്കിയതോടൊപ്പം പുരാണേതിഹാസങ്ങളോട് ജനങ്ങൾക്കുള്ള മതിപ്പും വർദ്ധിക്കുകയുണ്ടായി. രവിവർമ്മ ചിത്രങ്ങൾ സ്വന്തമാക്കാനുള്ള ആഗ്രഹത്തോടെ ഈ ചിത്രങ്ങളുടെ പകർപ്പുകൾ വരച്ചു നല്കാനായി ധനാഢ്യരും പൗരപ്രമുഖരും കലാസ്വാദകരും രവിവർമ്മയെ സമീപിച്ചു കൊണ്ടിരുന്നു. പകർപ്പുകൾ എടുക്കുന്നതിനാവശ്യമായ പ്രസ് സ്ഥാപി ക്കുന്നതിനെക്കുറിച്ച് രവിവർമ്മ വീണ്ടും സജീവമാകുന്നത് ഈ സാഹ ചര്യത്തിലാണ്. അച്ചടിയുമായി ബന്ധപ്പെട്ട കൂടുതൽ വിവരങ്ങൾ ശേഖ രിക്കാൻ അദ്ദേഹം ബോംബെയിൽ എത്തി. വിദേശത്ത് അച്ചടിച്ച ചില പാശ്ചാത്യചിത്രകാരന്മാരുടെ ചിത്രങ്ങൾ കാണുകയും പ്രസുമായി ബന്ധ പ്പെട്ട് വിദഗ്ദ്ധരുമായി ചർച്ചകൾ നടത്തുകയുമുണ്ടായി. ഇതേ നിലവാര ത്തിൽ തന്റെ രചനകളുടെയും മാതൃകകൾ അച്ചടിച്ച് പുറത്തിറക്കുന്ന തിന് ലിത്തോഗ്രാഫിക് പ്രസ് സ്ഥാപിക്കണമെന്ന ഉപദേശമാണ് വിദഗ്ദ്ധരിൽ നിന്ന് ലഭിച്ചത്. ധാരാളം പണം ഇതിനായി മുടക്കേണ്ടിവ രും. പ്രസ് ആരംഭിക്കുന്നതിനാവശ്യമായ ചെലവുകൾ പൂർണ്ണമായി വഹി ക്കുവാൻ കഴിയാത്ത സാഹചര്യത്തിലാണ് പ്രസ് സ്ഥാപിക്കുന്നതിന് ഒരു പങ്കാളിയെക്കൂടി ഉൾപ്പെടുത്തുവാൻ തീരുമാനിക്കുന്നത്. രവിവർമ്മയുടെ സുഹൃത്തുക്കളായ ബോംബെയിലെ വ്യവസായപ്രമുഖരുമായും പ്രശ സ്തരായ രാഷ്ട്രീയ സാമൂഹ്യപ്രവർത്തകരുമായും പ്രസ് സ്ഥാപിക്കുന്ന കാര്യങ്ങൾ ചർച്ച ചെയ്തുവെങ്കിലും ഫലപ്രാപ്തിയിലെത്തിച്ചില്ല. ഒടു വിൽ ഗോവർദ്ധൻ ദാസ് ഖട്ടാവു മുഖർജി എന്ന വ്യവസായ പ്രമുഖൻ പ്രസ് സ്ഥാപിക്കുന്നതിനാവശ്യമായ പണം നല്കാൻ ധാരണയായി. ബോംബെയിൽ ഗിരിഗ്രാം എന്ന സ്ഥലത്ത് ഭൂമിയും കുറെ കെട്ടിടങ്ങളും

വിലയ്ക്കുവാങ്ങി. ഇരുനിലക്കെട്ടിടത്തിന്റെ മുകൾഭാഗത്ത് രവിവർമ്മയും അനുജൻ രാജരാജവർമ്മയും താമസിക്കാനുള്ള സൗകര്യം ഏർപ്പാടാ ക്കി. ജർമ്മനിയിൽ നിന്ന് പ്രസ് വാങ്ങുന്നതിനും സാങ്കേതിക വിദഗ്ധരെ എത്തിക്കുന്നതിനും കത്തിടപാടുകൾ തുടങ്ങിക്കഴിഞ്ഞു. ഈ തിരക്കു കൾക്കിടയിലും കുറച്ചുപണം കൂടി സ്വരൂപിക്കാൻ രവിവർമ്മ ഇടയ്ക്കു കിളിമാനൂരിലെത്തി. അച്ചടിശാലയ്ക്കുള്ള പണസമാഹരണത്തിന്റെ ഭാഗ മായി അദ്ദേഹം അഞ്ചു ചിത്രങ്ങളും വരക്കുകയുണ്ടായി. *പ്രതീക്ഷ, വനി തയുടെ സ്നാനം* തുടങ്ങിയ ചിത്രങ്ങളായിരുന്നു അവ. ഈ ചിത്രങ്ങ ളുൾപ്പെടെ പത്തു ചിത്രങ്ങൾ ചിക്കാഗോയിൽ നടന്ന അഖിലലോക ചി ത്രപ്രദർശനത്തിലേക്കയച്ചു. *അച്ഛൻ അതാ വരുന്നു, പ്രതീക്ഷ, വനിത യുടെ സ്നാനം, ബോംബെയിലെ പാട്ടുകാരി, കിണറ്റിൽകരയിൽ വധു വിവാഹവേദിയിലേക്ക്, നിരാശാജനകമായ വാർത്ത, സോദരീസ്* മരണ എന്നിവയാണ് ചിക്കാഗോയിലെ പ്രദർശനത്തിനയച്ച ചിത്രങ്ങൾ. ചിത്ര ങ്ങൾ അയയ്ക്കുന്നതിന് വേണ്ട സഹായങ്ങൾ ചെയ്തുകൊടുത്തത് ബറോഡ മഹാരാജാവായിരുന്നു.

1893 ലാണ് ചിക്കാഗോ സമ്മേളനവും കലാപ്രദർശനവും അരങ്ങേ റിയത്. ഇന്ത്യയുടെ ചരിത്രത്തിലെ ഏറ്റവും പ്രാധാന്യമേറിയ അഭിമാന മുഹൂർത്തമായിരുന്നു ചിക്കാഗോ സമ്മേളനവേദി. ലോകശ്രദ്ധ പിടിച്ചു പറ്റിയ സ്വാമി വിവേകാനന്ദന്റെ പ്രസംഗം. മറ്റൊന്ന് സ്വന്തം ഭാവനയും നിറകൂട്ടുകളുമായി പുതിയൊരു വർണ്ണപ്രപഞ്ചം സൃഷ്ടിച്ച രവിവർമ്മ. ലോകാരാധ്യരായ രണ്ടുപേർ. ആത്മീയചിന്താധാരകളുടെ ഉൾക്കരുത്തു മായി സ്വാമി വിവേകാനന്ദൻ ശ്രദ്ധേയനായപ്പോൾ കലയുടെ സൗന്ദര്യ ശാസ്ത്രചിന്താധാരകൾക്ക് പുതിയൊരാഖ്യാനം നൽകിയാണ് രവിവർമ്മ ശ്രദ്ധേയനായത്. നമ്മുടെ നാടിന്റെ സംസ്കാരവും തനിമയും ഉൾക്കൊ ള്ളുന്ന ചിത്രങ്ങളെയും ചിത്രകാരനെയും കുറിച്ചുള്ള ലഘുലേഖയും ചിക്കാഗോയിൽ വിതരണം ചെയ്തിരുന്നു. ഭാരത്തിന്റെ കലാസമ്പത്തും പൗരാണികമായ കലാപൈതൃകവും അവർക്ക് പരിചയപ്പെടാനും പഠി ക്കാനും സഹായകമായത് രവിവർമ്മയുടെ ചിക്കാഗോ പ്രദർശനത്തിലെ ചിത്രങ്ങളിലൂടെയായിരുന്നു. ചിക്കാഗോ പ്രദർശനത്തിൽ രവിവർമ്മയ്ക്ക് രണ്ടു പുരസ്കാരങ്ങളാണ് ലഭിച്ചത്. കലാരംഗത്ത് ഭാരതത്തിന് എക്കാ ലവും അഭിമാനിക്കാവുന്ന ബഹുമതിയായിരുന്നു ഈ പുരസ്കാരങ്ങൾ.

ഭാരതീയ കലകളെയും സാഹിത്യത്തെയുമൊക്കെ അംഗീക രിക്കാതിരുന്ന വിദേശ പത്രമാധ്യമങ്ങൾ രവിവർമ്മയുടെ കലയെയും ജീവി തത്തെയും പരിചയപ്പെടുത്തുന്ന ലേഖനങ്ങളും വാർത്തകളും ചിത്ര ങ്ങളും ഏറെ പ്രാധാന്യത്തോടെ പ്രസിദ്ധീകരിച്ചു. ചിക്കാഗോ പ്രദർശന ത്തിൽ രവിവർമ്മയ്ക്ക് നൽകിയ പ്രശസ്തി പത്രികയിൽ ഇങ്ങനെ രേഖ പ്പെടുത്തിയിരിക്കുന്നു.

The exhibit of ten paintings in oil colours, by Ravivarma, Court

Painter to Several Presidencies of India, is of much ethological Value, not only do the faces of the high caste ladies which are portrayed, give the various types of the localities but the artists carefull attention to the details of costume and articles used in the social and ceremonial life he has depicted renders the paintings worthly of special commendation.

The Series of well executed paintings give a good idea of the progress of instruction in Art. They are true to nature in form and colour and preserve, the costumes, current fashions, and social features.

ബറോഡയിലും ബോംബയിലും വച്ച് സൗഹൃദത്തിലായ സ്വാമി വിവേകാനന്ദന് ചിക്കാഗോ പ്രദർശനത്തിലെ രവിവർമ്മയുടെ ചിത്രങ്ങൾ വല്ലാതെ ആകർഷിച്ചു. ചിക്കാഗോയിൽ രവിവർമ്മയെ കാണാനാകാതി രുന്ന സ്വാമി വിവേകാനന്ദൻ ഇന്ത്യയിലെത്തിയപ്പോൾ ബോംബെയിലെ രവിവർമ്മയുടെ താല്ക്കാലിക ചിത്രശാല സന്ദർശിച്ചതായും രവിവർമ്മ വിവേകാനന്ദന്റെ കാൽതൊട്ടുവന്ദിച്ച് സ്വീകരിച്ചതായും ഒരു ദിവസം അതി ഥിയായി രവിവർമ്മയ്ക്കൊപ്പം താമസിച്ചിരുന്നതായും രേഖകൾ സൂചി പ്പിക്കുന്നു.

സരസ്വതീദേവി

രവിവർമ്മ വരച്ച ചിത്ര ങ്ങളുടെ പകർപ്പ് അച്ചടിച്ച് പുറത്തിറക്കുക എന്ന രവി വർമ്മയുടെ സ്വപ്നം യാ ഥാർത്ഥ്യമായത് 1894 ലാണ്. പൂനാ - ബോംബെ ഹൈ വേക്ക് സമീപം ലോണാവാ ലയിലെ മലാവ്ളി കുന്നിൻ ചരിവിലെ നൂറ് ഏക്കറോളം വരുന്ന സ്ഥലത്താണ് പ്ര സിന്റെ പ്രവർത്തനമാരംഭിച്ച ത്. രവിവർമ്മ ഫൈൻ ആർ ട്സ് ലിത്തോഗ്രാഫിക് പ്രസ് എന്നായിരുന്നു സ്ഥാപന ത്തിന് നല്കിയ പേര്. ലിത്തോസ്റ്റോൺ (കല്ലച്ച്) ഉപയോഗിച്ച് അച്ചടിക്കുന്ന രീതിയാണ് ഓളിയോഗ്രാഫ് പ്രിന്റിങ്. ഓരോ നിറത്തിനും പ്രത്യേകം ബ്ലോക്കുകൾ (ലി

ത്തോസ്റ്റോൺ) ഉണ്ടാക്കി ആ ബ്ലോക്കുകൾ ഉപയോഗിച്ച് അച്ചടിച്ചാണ് വിവിധ നിറങ്ങളിലുള്ള ചിത്രങ്ങളുടെ മാതൃകകൾ തയ്യാറാക്കിയിരുന്ന ത്. ഏതെങ്കിലുമൊരു നിറത്തിന്റെ അച്ചടിയിൽ നേരിയ വ്യത്യാസം വന്നാൽ ചിത്രത്തിന്റെ ഭംഗി നഷ്ടപ്പെടും. അതിനാൽ ഈ രംഗത്ത് ഏറെ വൈദഗ്ധ്യമുള്ള ജർമ്മനിയിൽ നിന്നെത്തിയ തൊഴിലാളികളാണ് അച്ച ടിയന്ത്രങ്ങൾ നിയന്ത്രിച്ചിരുന്നത്. ആദ്യം അച്ചടിച്ച് പുറത്തിറങ്ങിയ ചിത്രം *ശകുന്തളാജനനം* എന്ന ചിത്രമായിരുന്നു. തുടർന്ന് മഹാലക്ഷ്മി, പാർവ്വ തീദേവി, സരസ്വതീദേവി എന്നീ ദേവിദേവതമാരുടെയും ശ്രീരാമൻ, ശ്രീകൃ ഷ്ണൻ തുടങ്ങിയ അവതാര പുരുഷന്മാരുടെയും ചിത്രങ്ങൾ ഓളിയോ ഗ്രാഫിൽ അച്ചടിച്ച് പ്രസിദ്ധപ്പെടുത്തി. ജനമനസ്സുകളിലെ സങ്കല്പരൂപ ങ്ങൾക്കപ്പുറം ദേവീദേവന്മാരുടെ രൂപങ്ങൾക്ക് പൂർണ്ണത പകർന്ന് അവര വരുടെ വീടുകളിൽ വച്ച് ആരാധിക്കാൻ കൈവന്ന ഭാഗ്യമായിട്ടാണ് ജന കോടികൾ രവിവർമ്മ ചിത്രങ്ങൾ സ്വീകരിച്ചത്. ദേവീദേവന്മാരുടെ ശില്പ രൂപങ്ങളും ചിത്രങ്ങളും പ്രതിഷ്ഠിച്ച് സമ്പന്നർക്ക് മാത്രം സാദ്ധ്യമായി രുന്ന ആരാധനയ്ക്കുള്ള അവസരമാണ് സാധാരണക്കാർക്ക് ഇതുമൂലം കൈവന്നത്. ലക്ഷങ്ങൾ ചെലവാക്കി പഞ്ചലോഹത്തിലും സ്വർണ്ണ ത്തിലും വാർത്തെടുക്കുന്ന ദേവീദേവന്മാരുടെ വിഗ്രഹങ്ങൾ സമ്പന്നർക്ക് മാത്രമേ, അക്കാലത്ത് സാദ്ധ്യമായിരുന്നുള്ളൂ. രവിവർമ്മയുടെ അച്ചടിച്ച ചിത്രരൂപങ്ങൾ കേവലം ഒരുരൂപയ്ക്ക് താഴെ വിലയ്ക്ക് സാധാരണക്കാ രായവർക്കുപോലും വാങ്ങി തങ്ങളുടെ പൂജാമുറിയിൽവച്ച് ആരാധിക്കു വാൻ അവസരം ലഭിച്ചു എന്നതാണ് ഏറ്റവും പ്രധാന വസ്തുത. അതോ ടൊപ്പം ഒരു കലാസൃഷ്ടി ഓരോ വീട്ടിലുമെത്തുന്നു എന്നതും അതുവഴി ചിത്രകല ജനങ്ങളിലേക്കിറങ്ങിച്ചെല്ലുന്നു എന്നതും രവിവർമ്മയിലൂടെ യാഥാർത്ഥ്യമാകുകയായിരുന്നു. അച്ചടിച്ച രവിവർമ്മചിത്രങ്ങൾ ധാരാള മായി ഇന്ത്യയിലും ആഫ്രിക്കയടക്കമുള്ള വിദേശരാജ്യങ്ങളിലും ധാരാളം പ്രചരിച്ചിരുന്നതായി സമകാലികരായ കലാകാരന്മാർ രേഖപ്പെടുത്തിയി ട്ടുണ്ട്. ഈ ചിത്രങ്ങളിലൂടെയും രവിവർമ്മയിലൂടെയും തിരുവിതാംകൂർ രാജ്യവും ലോകശ്രദ്ധ നേടിക്കൊണ്ടിരുന്നു. രവിവർമ്മയുടെ ചിത്രങ്ങൾ കാണാത്തവരും രവിവർമ്മയെക്കുറിച്ചും കേൾക്കാത്തവരും പുതിയൊര നുഭവമായാണ് അവരുടെ വീട്ടിലെ മുറികളിലും പൂജാമുറികളിലും ചിത്ര ങ്ങൾക്ക് സ്ഥാനം കൊടുത്തത്. ചിത്രങ്ങൾ വാങ്ങി വീട് അലങ്കരിക്കുന്ന രീതിക്ക് തുടക്കം കുറിക്കുന്നതും സജീവമാകുന്നതും രവിവർമ്മചിത്ര ങ്ങളിലൂടെയായിരുന്നു. രവിവർമ്മ ചിത്രങ്ങളില്ലാത്ത വീടുകൾ തന്നെ അന്ന് ചുരുക്കമായിരുന്നു. സ്വദേശീയരും വിദേശീയരുമായ ആസ്വാദകർ ഒരേപോലെ രവിവർമ്മ ചിത്രങ്ങൾ (പ്രിന്റുകൾ) സ്വീകരിച്ചു. വിദേശത്തേക്കയക്കുന്ന പുരാണചിത്രങ്ങളിൽ പുരാണകഥാസന്ദർഭങ്ങൾ വിശദമാക്കുന്ന ഇംഗ്ലീഷ് അടിക്കുറിപ്പുകളും ചേർത്തിരുന്നു. അനുജൻ രാജരാജവർമ്മയാണ് ഇക്കാര്യങ്ങൾ ശ്രദ്ധിച്ചിരുന്നത്.

പുരാണചിത്രങ്ങളോടൊപ്പം വിവിധവിഷയങ്ങളെ അധികരിച്ചുള്ള

ചിത്രങ്ങളും രവിവര്‍മ്മ വരയ്ക്കുകയയും അതിന്റെ പകര്‍പ്പുകള്‍ എടുക്കു കയും ചെയ്തു തുടങ്ങി. ഗുജറാത്ത്, തമിഴ്‌നാട്, കര്‍ണ്ണാടക എന്നിവിട ങ്ങളിലെ സ്ത്രീരൂപങ്ങളുള്‍പ്പെടുന്ന ദൃശ്യങ്ങള്‍, സ്ത്രീ സൗന്ദര്യത്തിന്റെ വിവിധഭാഗവങ്ങള്‍, വേഷവിധാനത്തിന്റെ പ്രത്യേകതകള്‍ പ്രകടമാക്കുന്ന ചിത്രങ്ങള്‍, ഗ്രാമീണജനതയുടെ നിത്യജീവിതവുമായി ബന്ധപ്പെട്ട ചിത്ര ങ്ങള്‍ ഇവയൊക്കെ അച്ചടിക്കാനായി വരച്ച ചിത്രങ്ങളില്‍പ്പെടുന്നവയാ ണ്. ശിവജി, ബാലഗംഗാധരതിലക്, ജസ്റ്റിസ് റാനഡേ തുടങ്ങിയവരുടെ ച്ചായാചിത്രങ്ങളും, ചില പ്രകൃതിദൃശ്യരചനകളും അച്ചടിക്കായി രവി വര്‍മ്മ വരച്ചിട്ടുണ്ടായിരുന്നു. ലിത്തോപ്രസിന്റെ സാങ്കേതികമായ പരിമി തികള്‍ കാരണം ചില ചിത്രങ്ങള്‍ അച്ചടിക്കാനായില്ല. നിറങ്ങളുടെ ധാരാ ളിത്തം, നിറങ്ങളുടെ ലയനരീതിയുടെ പ്രത്യേകതകള്‍ എന്നിവ പൂര്‍ണ്ണ തയോടെ പകര്‍പ്പുകളിലേക്ക് കൊണ്ടുവരാന്‍ കഴിയാത്ത സാഹചര്യങ്ങ ളിലാണ് വരച്ച ചില ചിത്രങ്ങള്‍ അച്ചടിയില്‍ നിന്നും ഒഴിവാക്കിയത്.

പ്രസിന്റെ പ്രവര്‍ത്തനങ്ങളില്‍ രവിവവര്‍മ്മയോടൊപ്പം പങ്കാളിയാ യിരുന്ന ഗോവര്‍ദ്ധന്‍ ദാസ് ഛട്ടാവുമുഖര്‍ജി ചിത്രങ്ങളുടെ വില്‍പനയ്ക്ക് ദേശീയതലത്തില്‍ തന്നെ സംവിധാനങ്ങള്‍ ഏര്‍പ്പെടുത്തിയിരുന്നു. എല്ലാ പട്ടണങ്ങളിലും സംസ്ഥാനങ്ങളിലും വില്‍പനയ്ക്ക് ഏജന്‍സികളുണ്ടാ യതോടെ ഭാരതത്തിലെങ്ങും രവിവര്‍മ്മ ചിത്രങ്ങളുടെ പകര്‍പ്പുകള്‍ (പ്രിന്റ്) ലഭിക്കുവാന്‍ സംവിധാനമുണ്ടായി. പ്രസിന്റെ കാര്യങ്ങളില്‍ മേല്‍നോട്ടം വഹിച്ചിരുന്നത്, അനുജന്‍ രാജരാജവര്‍മ്മയായിരുന്നു. ജര്‍മ്മന്‍കാരനായ നാലുപേരും, ബോംബെക്കാരും കേരളീയരുമായ നൂറോളം തൊഴിലാളികളും പ്രസില്‍ ജോലിചെയ്തിരുന്നു. ബോംബെ യിലെ ദിനങ്ങള്‍ രവിവര്‍മ്മയ്ക്ക് എന്നും തിരക്കുള്ളതായിരുന്നു. അച്ചടി ക്കാവശ്യമായ പുതിയ ചിത്രങ്ങള്‍ വരച്ചുനല്‍കണം. നിറങ്ങളുടെ വേര്‍തി രിവ് അനുസരിച്ച് തയ്യാറാക്കുന്ന ബ്ലോക്കുകളുടെ പ്രൂഫ് നോക്കണം, പ്രസിന്റെ മറ്റ് ദൈനംദിനകാര്യങ്ങള്‍ ശ്രദ്ധിക്കണം, വിദേശീയരായ അതി ഥികള്‍ എത്തുമ്പോള്‍ സ്വീകരിക്കണം, ഉന്നതരായ വ്യക്തികളുടെ ആതി ഥേയത്വം സ്വീകരിക്കണം, തുടങ്ങിയ ജോലികള്‍ക്കിടയിലും അദ്ദേഹം സന്തോഷവാനായി കലാപ്രവര്‍ത്തനങ്ങളില്‍ സജീവമായിരുന്നു.

ബോംബെ ജീവിതം അനുജന്‍ രാജരാജവര്‍മ്മയ്ക്ക് ഏറെ പ്രയോ ജനപ്പെട്ടതായി അദ്ദേഹത്തിന്റെ ഡയറിക്കുറിപ്പുകള്‍ വ്യക്തമാകുന്നു. ഇംഗ്ലീഷ് സാഹിത്യത്തില്‍ തല്‍പരനായ അദ്ദേഹത്തിന് ഇംഗ്ലീഷ് ഭാഷ യിലെ പണ്ഡിതന്മാരുമായി ഇടപെടാന്‍ അവസരം കിട്ടി. ഇംഗ്ലീഷ് ഭാഷ യില്‍ കൂടുതല്‍ പഠനം നടത്താനും യൂറോപ്പിലും അമേരിക്കയിലും പ്രസി ദ്ധീകരിച്ചിരുന്ന കലാഗ്രന്ഥങ്ങള്‍ ഉള്‍പ്പെടെയുള്ള പ്രസിദ്ധീകരണങ്ങള്‍ വായിക്കുവാനും, പാശ്ചാത്യകലാരംഗത്തെ പരിണാമദശകങ്ങളെക്കുറിച്ച് കൂടുതലറിയാനും പഠിക്കാനും അദ്ദേഹത്തിന് സാധിച്ചു. അതുപോലെ രവിവര്‍മ്മയും ബോംബെ സൗഹൃദംവഴി മറാഠി, ഗുജറാത്തി എന്നീ ഭാഷ കള്‍ പഠിച്ചു. പ്രസിലെ ജീവനക്കാരന്‍ സ്റ്റെഷറുടെയും ഗ്രഹാര്‍ട്ടിന്റെയും

സഹായത്തോടെ ജർമ്മൻഭാഷയും വശമാക്കി. കൂടാതെ ഏഴു ഭാഷകൾ എഴുതുവാനും വായിക്കുവാനും അദ്ദേഹത്തിന് കഴിഞ്ഞിരുന്നു. എന്നാൽ ഇംഗ്ലീഷ് ഭാഷയിൽ പാണ്ഡിത്യം കാണിക്കുന്നതിനോ സല്ക്കാരവേളക ളിൽ ഇംഗ്ലീഷ് ഭാഷകളിൽ ആശയവിനിമയം നടത്തുന്നതിനോ രവിവർമ്മ താല്പര്യം കാണിച്ചിരുന്നില്ല. അദ്ദേഹം കൂടുതൽ സ്നേഹിച്ചിരുന്നത് സംസ്കൃതഭാഷയും മലയാളഭാഷയുമാണെന്നത് എക്കാലത്തും മലയാ ളികൾ അറിഞ്ഞിരിക്കേണ്ട വസ്തുതയാണ്.

8

ടാഗൂറും രവിവർമ്മയും

ബോംബെ സൗഹൃദങ്ങളിലൂടെ ഗോപാലകൃഷ്ണ ഗോഖലെ രവി വർമ്മയുടെ ആരാധകനായി മാറി. അദ്ദേഹത്തിന്റെ തന്നെ വാക്കുകൾ നോക്കൂ:

സുന്ദരമായ ഹിന്ദുസ്ഥാനിയിൽരവിവർമ്മ എന്നോട് സംസാരിച്ചു. പരിശുദ്ധിയും ആകർഷണീയതയും അദ്ദേഹത്തിന്റെ ആംഗവിക്ഷേ പങ്ങളിൽ ഓരോന്നിലും സ്ഫുരിച്ചുകൊണ്ടിരുന്നു. അദ്ദേഹത്തിന്റെ തൂലികയോടൊപ്പം വാക്കുകളും മധുരിക്കുന്നതായിരുന്നു. ഞങ്ങൾ ആജന്മ മിത്രങ്ങളായി.

രവിവർമ്മ കൽക്കത്ത സന്ദർശിച്ചിരുന്നപ്പോൾ രവീന്ദ്രനാഥ ടാഗൂറും കുടുംബവും രവിവർമ്മയെ ആദരിച്ചുകൊണ്ട് ഒരു സ്വീകരണം നല്കു കയുണ്ടായി. രവിവർമ്മയുടെ ചിത്രങ്ങളെക്കുറിച്ച് രവീന്ദ്രനാഥ ടാഗൂർ ഇങ്ങനെ എഴുതിയിരിക്കുന്നു:

ഞാൻ രവിവർമ്മയുടെ ചിത്രങ്ങൾ വളരെ ഇഷ്ടപ്പെടുന്നു. നമ്മുടെ രാജ്യത്തെ മനുഷ്യരുടെ ആകൃതിയും ഓരോരോ ആശയങ്ങളും ഭാവങ്ങളും നമുക്കെത്രത്തോളം പ്രിയപ്പെട്ടവയാണെന്ന് കാണിക്കു ന്നവയാണ് ഈ ചിത്രങ്ങൾ. യഥാർത്ഥത്തിൽ നാം ചിത്രം വീക്ഷി ച്ചുതുടങ്ങുമ്പോൾ തന്നെ കലാകാരൻ പ്രകടിപ്പിക്കാൻ ഉദ്ദേശിക്കു ന്നത് നമുക്ക് മനസ്സിലായി തുടങ്ങും. അതുകൊണ്ടുതന്നെ വലിയ പ്രയാസം കൂടാതെ ബാക്കി എന്താണെന്ന് മനസ്സിലേക്ക് കടന്നു വന്നുകൊള്ളും. അതിലെ തെറ്റുകൾ കണ്ടുപിടിക്കുക വളരെ എളു പ്പമാണ്. പക്ഷേ, തീവ്രമായി ചിന്തിക്കുമ്പോൾ ചിത്രങ്ങളിൽ ഇത്ര

ത്തോളം വ്യക്തമായി വിഷയങ്ങൾ വിഭാവന ചെയ്യുന്നത് എത്ര വിഭിന്നമായിട്ടാണെന്ന് നമുക്ക് മനസ്സിലാക്കാം. അതിനേക്കാളുമ പരി ഒരു ചിത്രം വരയ്ക്കാൻ അതിന്റെ എല്ലാ വിശദാംശങ്ങളും സൂക്ഷ്മമായി വ്യക്തതയോടെ മനസ്സിൽ ശേഖരിച്ചു വരയ്ക്കേണ്ട തുണ്ട്.

എല്ലാ വിഭാഗം ജനങ്ങളെയും ഒരു പരിധിവരെ ചിത്രകലയോടടുപ്പി ക്കാൻ രവിവർമ്മയുടെ കഠിനമായ പരിശ്രമങ്ങൾക്ക് കഴിഞ്ഞുവെങ്കിലും പ്രസ് നടത്തിപ്പിലൂടെ വേണ്ടത്ര പണം സ്വരൂപിക്കാൻ രവിവർമ്മയ്ക്ക് കഴിഞ്ഞിരുന്നില്ല. അച്ചടിയാവശ്യത്തിനല്ലാതെ വരച്ച ചിത്രങ്ങളുടെ വില്പ നയിലൂടെയാണ് അത്യാവശ്യമായ സാമ്പത്തികം അദ്ദേഹം കണ്ടെ ത്തിയിരുന്നത് ബോംബെയിലെ താമസത്തിനിടയ്ക്ക് എല്ലാ കർക്കിടക മാസവും നവരാത്രി പൂജാവേളകളിലും രവിവർമ്മ നാട്ടിലെത്തുമായിരു ന്നു. അപ്പോഴാണ് ആയുർവേദ ചികിത്സ നടത്തുന്നതും വീട്ടുകാര്യങ്ങ ളിലും കൃഷിയിലും സമയം കണ്ടെത്തിയിരുന്നതും. നാട്ടിലുള്ള ദിവസ ങ്ങളിലെ സായാഹ്നങ്ങളിൽ മിക്കപ്പോഴും കലാപരിപാടികൾ സംഘടിപ്പി ക്കാനും അദ്ദേഹം ശ്രദ്ധിച്ചിരുന്നു. സാധാരണക്കാരിൽ ചിത്രകലാവ ബോധം പകരുന്നതിൽ രവിവർമ്മ എപ്പോഴും ശ്രദ്ധിച്ചിരുന്നു. ചിത്രശാല യിൽ (ചിത്രംവരയ്ക്കുന്ന മുറി) ഏതൊരാൾക്കും കടന്നുചെല്ലുവാനും അദ്ദേഹത്തോട് സംസാരിക്കുവാനും നിയന്ത്രണമൊന്നുമില്ലായിരുന്നു. കുടുംബാംഗങ്ങളോടും സുഹൃത്തുക്കളോടും സംഭാഷണങ്ങളിലേർപ്പെ ട്ടും, തമാശപറഞ്ഞും പുരാണഗ്രന്ഥങ്ങൾ പാരായണം ചെയ്യുന്നതുകേ ട്ടുമായിരുന്നു രവിവർമ്മ മിക്കപ്പോഴും ചിത്രരചന നടത്തിയിരുന്നത്. ഇവ രുടെ അഭിപ്രായങ്ങൾ സ്വീകരിക്കുവാനും ചിത്രതലത്തിൽ പ്രയോഗിക്കു വാനും അദ്ദേഹം മടികാണിച്ചിരുന്നില്ല.

1894 അവസാനം വീണ്ടുമൊരു ഭാരത പര്യടനത്തിന് രവിവർമ്മ തുടക്കം കുറിച്ചു. തന്റെ കലയുടെ പൂർണ്ണതയ്ക്ക് ഒരു ദീർഘയാത്രകൂടി അനിവാര്യമാണെന്ന ചിന്തയായിരുന്ന യാത്രയ്ക്കാധാരം. അനുജൻ രാജാ രാജവർമ്മയും തിരുവിതാംകൂറിലെ യുവരാജാവ് അശ്വതിതിരുനാൾ രാജ കുമാരനും, സഹായികളായി വലിയൊരു സംഘവും രവിവർമ്മയ്ക്കൊ പ്പമുണ്ടായിരുന്നു. അഞ്ചുമാസക്കാലം നീണ്ട ഭാരതപര്യടനത്തിൽ ഉത്ത രേന്ത്യൻ നഗരങ്ങളും ഗ്രാമങ്ങളുമാണ് പ്രധാനമായും സന്ദർശിച്ചത്. നിര വധി രേഖാചിത്രങ്ങളും (സ്കെച്ചുകൾ) യാത്രാവേളയിൽ അദ്ദേഹം തയ്യാ റാക്കി. ബദരീനാഥിൽ ഒന്നരമാസക്കാലം ഭജനമിരിക്കുകയും ചെയ്തു. രവിവർമ്മ എത്തുന്നതറിഞ്ഞ സ്ഥലത്തൊക്കെ വമ്പിച്ച സ്വീകരണമാണ് അദ്ദേഹത്തിന് ലഭിച്ചത്. മിക്ക റെയിൽവേസ്റ്റേഷനുകളിലും അദ്ദേഹത്തെ സ്വീകരിക്കാൻ സാധാരണക്കാരായ ജനങ്ങൾ തിങ്ങിക്കൂടിയിരുന്നതായി ഡയറിക്കുറിപ്പുകൾ സൂചിപ്പിക്കുന്നു. കലയുടെ അനുപമമായ ദൃശ്യങ്ങൾ തേടി അവയുടെ പഠനം നടത്തിക്കൊണ്ട് നിബിഡവനങ്ങളിലൂടെ പുഴ

യോരങ്ങളിലൂടെ മലനിരകളിലൂടെ ഹിമാലയ സാനുക്കളിലൂടെയാണ് ഭാരതയാത്ര അവസാനിച്ചത്. ഈ യാത്രയില്‍ വരച്ച രേഖാചിത്രങ്ങള്‍ പിന്നീടുള്ള രവിവര്‍മ്മ ചിത്രങ്ങളുടെ പശ്ചാത്തലഭംഗിയിലും വേഷഭൂഷാദി കളിലും പ്രകടമായിട്ടുള്ളത് കാണാം.

ഈ യാത്രാനുഭവം പ്രമേയമാക്കി അനുജന്‍ രാജരാജവര്‍മ്മ ഇംഗ്ലീ ഷില്‍ ശ്രദ്ധേയമായ ഒരു ഗ്രന്ഥം തയ്യാറാക്കിയിരുന്നു. *ടൂര്‍ ഇന്‍ അപ്പര്‍ ഇന്ത്യ* (Tour in Upper India) എന്നാണ് പേര്. ഇന്ത്യയിലെ വിവിധ സ്ഥല ങ്ങള്‍, പട്ടണങ്ങള്‍ എന്നിവയുടെ പ്രത്യേകതകള്‍, ജനജീവിതത്തിന്‍റെ വ്യത്യസ്ത കാഴ്ചകള്‍, അപൂര്‍വ്വ മുഹൂര്‍ത്തങ്ങള്‍ ഇവയൊക്കെ പുസ്ത കത്തില്‍ അവതരിപ്പിച്ചിട്ടുണ്ട്. കച്ചവടം, കൃഷി, നാട്ടുവൈദ്യവും പാരമ്പ ര്യചികിത്സാരീതികളും വിദ്യാഭ്യാസരീതികള്‍, നാടന്‍ കളികള്‍, ആചാ രാനുഷ്ഠാനങ്ങള്‍ എന്നിവയെപ്പറ്റിയൊക്കെ ഈ ഗ്രന്ഥത്തില്‍ വിശദീക രിക്കുന്നുണ്ട്. ഒപ്പം പരിഷ്കൃതമായ ജനസമൂഹത്തിന്‍റെ സ്പന്ദനങ്ങളും. ഭാരതത്തിലെ ഒട്ടുമിക്ക പുരാതനക്ഷേത്രങ്ങളും കലാസങ്കേതങ്ങളും രവി വര്‍മ്മയും അനുജനും ഭാരതപര്യടനങ്ങളിലൂടെ സന്ദര്‍ശിച്ചിട്ടുണ്ട്. വിദേശ രാജ്യങ്ങള്‍ സന്ദര്‍ശിക്കുവാനുള്ള ആഗ്രഹം രവിവര്‍മ്മയ്ക്കുണ്ടായിരുന്നു. മിക്ക രാജ്യങ്ങളില്‍ നിന്നും അദ്ദേഹത്തിന് നിരന്തരമായ ക്ഷണവുമുണ്ടാ യിരുന്നുവെങ്കിലും പലവിധ തടസ്സങ്ങള്‍ നേരിട്ടു. ഭാരതത്തില്‍ നിന്നും വിദേശരാജ്യങ്ങളില്‍നിന്നും രവിവര്‍മ്മയ്ക്ക് ലഭിക്കുന്ന അംഗീകാരങ്ങളില്‍ താല്പര്യമില്ലാത്ത തിരുവിതാംകൂര്‍ കൊട്ടാരവുമായി ബന്ധപ്പെട്ട ചില രുടെ എതിര്‍പ്പും അദ്ദേഹത്തിന്‍റെ വിദേശയാത്രകളെ മുടക്കിയിരുന്നതായി ഡയറിക്കുറിപ്പുകള്‍ വ്യക്തമാക്കുന്നു. യൂറോപ്യന്‍ പര്യടനം രവിവര്‍മ്മ യുടെ സ്വപ്നമായിരുന്നു.

1898 വരെ *രവിവര്‍മ്മ ഫൈന്‍ ആര്‍ട്സ് ലിത്തോഗ്രാഫിക് പ്രസ്* സുഗമമായി പ്രവര്‍ത്തിച്ചിരുന്നു. 1897 ല്‍ പൂനയില്‍ പടര്‍ന്നുപിടിച്ച പ്ലേഗ് രോഗം ബോംബെയിലേക്കും വ്യാപിച്ചു. ആയിരക്കണക്കിനാളുകള്‍ മരി ച്ചുവീണ ഈ പകര്‍ച്ചവ്യാധി ഇന്ത്യാചരിത്രത്തിലെ വലിയ ദുരന്തങ്ങളി ലൊന്നായിരുന്നു. ഫാക്ടറികളും വ്യാപാരകേന്ദ്രങ്ങളും വിട്ട് രോഗഭീതി യാല്‍ ജനങ്ങള്‍ ഒഴിഞ്ഞുപോയ്ക്കൊണ്ടിരുന്ന സാഹചര്യത്തില്‍ പ്രസിന്‍റെ പ്രവര്‍ത്തനങ്ങളെയും പ്രതികൂലമായി ബാധിച്ചു. അച്ചടിച്ച ചിത്ര ങ്ങള്‍ വിവിധ സ്ഥലങ്ങളിലേക്കയക്കാനും അയച്ച ചിത്രങ്ങളുടെ പണം ശേഖരിച്ചുകിട്ടാനും ഈ ദുരന്തം തടസ്സമായി. തപാല്‍ സംവിധാനങ്ങള്‍ അടുക്കുംചിട്ടയുമില്ലാതായതോടെ വാര്‍ത്താവിനിമയബന്ധങ്ങള്‍ യഥാസ മയം നടക്കാതെ ചിത്രങ്ങള്‍ കെട്ടിക്കിടക്കാന്‍ തുടങ്ങി. 1897–98 കാലം ബോംബെയിലെ രാഷ്ട്രീയ സാഹചര്യങ്ങളും ഏറെ കലുഷിതമായിരു ന്നു. ബ്രിട്ടീഷ് ഭരണത്തിനെതിരെയുള്ള സ്വദേശികളുടെ പ്രക്ഷോഭങ്ങളും സമരങ്ങളും ജനജീവിതം താറുമാറാക്കിയിരുന്നു.

അമ്മാവന്‍ രാജരാജവര്‍മ്മയുടെ മരണാനന്തരചടങ്ങുമായി ബന്ധ പ്പെട്ട് ശ്രാദ്ധത്തില്‍ പങ്കെടുക്കാനായി രവിവര്‍മ്മ അപ്പോള്‍ കിളിമാനൂരി

ലായിരുന്നു. ബോംബെ പ്ലേഗ് രോഗത്തിലമർന്നിരിക്കുന്ന സമയമായിരുന്നു അത്. പ്രസിന്റെ മുഴുവൻ നിയന്ത്രണവും ഗോവർദ്ധൻ ദാസ് ഖട്ടാവുമു ഖർജിയാണ് നോക്കിയിരുന്നത്. കലാബോധമില്ലാത്ത വെറുമൊരു വ്യവ സായി മാത്രമായിരുന്നു ഗോവർദ്ധൻ ദാസ്. രവിവർമ്മചിത്രങ്ങളും കച്ച വടത്തിനുള്ള ഒരു അസംസ്കൃത വസ്തുവായാണ് അദ്ദേഹം കണ്ടിരു ന്നത്. തൊഴിലാളികൾക്ക് യഥാസമയം ശമ്പളവും നല്കുമായിരുന്നില്ല. ഇക്കാര്യങ്ങളിൽ രാജരാജവർമ്മയ്ക്ക് ഗോവർദ്ധൻ ദാസുമായി അഭിപ്രാ യവ്യത്യാസമുണ്ടായിരുന്നു. ഈ സാഹചര്യങ്ങൾ നിലനില്ക്കുമ്പോഴാണ് ബോംബെയിലെ പ്ലേഗ് രോഗഭീഷണി ജനജീവിതത്തെ കൂടുതൽ പ്രതി സന്ധിയിലാക്കിയത്.

പ്രസിൽ വരുമാനം കുറഞ്ഞുതുടങ്ങിയതും, ഗോവർദ്ധൻ ദാസ് താൻ മുടക്കിയപണം തിരികെ ചോദിച്ചതും പ്രസിന്റെ പ്രവർത്തനങ്ങളെയാകെ പ്രതികൂലമായി ബാധിച്ചു. വിവരങ്ങളറിഞ്ഞ രവിവർമ്മ ബോംബെയി ലേക്കു മടങ്ങിയെത്തി. ഗോവർദ്ധൻ ദാസിന്റെ പെരുമാറ്റവും നിസ്സഹകര ണവും പണം തിരിച്ചുകിട്ടുന്നതിനായുമുള്ള ശ്രമങ്ങളും രവിവർമ്മയെയും അനുജനെയും വല്ലാതെ ധർമ്മസങ്കടത്തിലാക്കി. ബോംബെയിലെ സൗഹൃദങ്ങൾ വഴി കുറേപണം സ്വരൂപിച്ച് ഗോവർദ്ധൻ ദാസിന് കൊടുത്തു പ്രസിന്റെ പങ്കാളിത്തം ഒഴിവാക്കിയശേഷം പൂർണ്ണ അവ കാശം അനുജൻ രാജരാജവർമ്മക്ക് കൈമാറി. പൂനയ്ക്കടുത്തുള്ള കാർലിൻ എന്ന സ്ഥലത്ത് പ്രസ് മാറ്റി സ്ഥാപിക്കുകയും ചെയ്തു. വരച്ച ചിത്രങ്ങളിൽ അച്ചടിക്കാത്തവ ശേഷിക്കുന്നുണ്ടായിരുന്നു. അച്ചടിച്ച ചിത്ര ങ്ങൾ വില്പന നടക്കാതെ കെട്ടിക്കിടക്കുന്നുമുണ്ട്. രവിവർമ്മ ഇക്കാര ണങ്ങളാൽ അസ്വസ്ഥനായിരുന്നു. അനുജൻ ഒപ്പമുണ്ടായിരുന്നെങ്കിലും പ്രസുമായി ബന്ധപ്പെട്ട വിഷയങ്ങളിൽ പ്രസിലുള്ള ജർമ്മൻ തൊഴിലാ ളിയായ സ്ലെഷറുടെ ഇടപെടലാണ് രവിവർമ്മയ്ക്ക് കുറേ ആശ്വാസം പകർന്നത്. ചിത്രകാരന്മാരുമായും വില്പനയുമായും ബന്ധമുണ്ടായിരുന്ന സ്ലെഷർ ആത്മവിശ്വാസത്തോടെ പ്രസിന്റെ നടത്തിപ്പിൽ സഹകരി ക്കാൻ തയ്യാറായി. പണമിടപാടുകൾക്കപ്പുറം സ്ലെഷറോടുള്ള താല്പ ര്യവും പ്രസ് പൂട്ടാതിരിക്കാനുമായി രവിവർമ്മ പ്രസിന്റെ ചുമതല സ്ലെഷറെ ഏല്പിച്ചു. സ്വസ്ഥമായ മനസ്സോടെ അദ്ദേഹം സജീവ ചിത്ര രചനയിലേക്ക് മടങ്ങി.

തിരുവിതാംകൂറിൽ പൊതുജനങ്ങൾക്കായി രവിവർമ്മചിത്രങ്ങൾ സ്ഥിരമായി പ്രദർശിപ്പിക്കുന്നതിന് ഒരു ചിത്രാലയം സ്ഥാപിക്കണമെന്ന ആഗ്രഹം ഓരോ കാലത്തുമുള്ള മഹാരാജാക്കന്മാരെ രവിവർമ്മ അറി യിച്ചിരുന്നുവല്ലോ. പക്ഷേ, അനുകൂലമായ തീരുമാനമൊന്നും ഉണ്ടായി ല്ല. 1897 ൽ തിരുവിതാംകൂർ സർക്കാരിൽ നിന്ന് രവിവർമ്മയ്ക്ക് ഒരു കത്ത് ലഭിച്ചു. ഓരോ വർഷവും രണ്ടു ചിത്രങ്ങൾവീതം ഗവൺമെന്റിന് നല്ക ണമെന്നായിരുന്നു കത്തിന്റെ ഉള്ളടക്കം. അറിയിപ്പിൽ സന്തുഷ്ടനായ രവി വർമ്മ അഞ്ചു ചിത്രങ്ങൾ ഒരുമിച്ച് ഗവൺമെന്റിന് സമർപ്പിച്ചു. *ദ്രൗപ*

തിയും സിംഹികയും, രുഗ്മാംഗദനും മോഹിനിയും, ഹംസവും ദമയ ന്തിയും, വിരാട സദസ്സ്, ശകുന്തളയുടെ പ്രേമവീക്ഷണം എന്നീ ചിത്ര ങ്ങളാണ് സർക്കാരിന് നല്കിയത്. ഈ ചിത്രങ്ങളിൽ ഹംസവും ദമയ ന്തിയും, ശകുന്തളയുടെ പ്രേമവീക്ഷണം എന്നീ ചിത്രങ്ങളുടെ പശ്ചാ ത്തല അവതരണം ഏറെ പ്രശംസിക്കപ്പെട്ടു. ഹംസവും ദമയന്തിയും എക്കാലവും ചർച്ച ചെയ്യപ്പെട്ട രവിവർമ്മയുടെ മാസ്റ്റർപീസുകളിലൊ ന്നായ ചിത്രമായിരുന്നു. തിരുവിതാംകൂർ സർക്കാർ ഓരോ ചിത്രത്തിനും 3000 രൂപ വീതം നല്കിയതായും രേഖകൾ പറയുന്നു. തിരുവനന്തപുരം മ്യൂസിയം കാമ്പസിനകത്ത് രവിവർമ്മ ചിത്രങ്ങൾ സൂക്ഷിക്കുന്ന ഇപ്പോ ഴുള്ള ചിത്രാലയം സ്ഥാപിച്ചത് ശ്രീചിത്തിര തിരുനാളിന്റെ കാലത്താണ്. അന്നത്തെ സർക്കാരിന്റെ കലാഉപദേശകനായിരുന്ന ഡോ. ജെ കസിൻസാണ് ഗ്യാലറി രൂപകല്പന ചെയ്ത്. കിളിമാനൂർ-കവടിയാർ രാജകൊട്ടാരത്തിൽനിന്ന് കൊണ്ടുവന്ന ചിത്രങ്ങളടക്കം 43 രവിവർമ്മചിത്ര ങ്ങൾ ചിത്രാലയത്തിൽ പ്രദർശിപ്പിച്ചുവരുന്നു.

1900 ൽ പാരീസിൽ നടന്ന ചിത്രപ്രദർശനത്തിൽ രവിവർമ്മ ചിത്ര ങ്ങൾ ഏറെ ശ്രദ്ധിക്കപ്പെടുകയും ഒന്നാം സമ്മാനം ലഭിക്കുകയും ചെയ്തു. ഫ്രാൻസിലും പ്രത്യേകിച്ച് യൂറോപ്പിലാകെയുള്ള കലാരംഗം രവിവർമ്മ ചിത്രങ്ങൾ ചർച്ച ചെയ്യപ്പെട്ടു. നിരവധി വിദേശ ചിത്രകാരന്മാരുടെയും കലാനിരൂപകരുടെയും അഭിനന്ദനങ്ങൾ രവിവർമ്മയ്ക്ക് അക്കാലത്ത് ലഭി ക്കുകയുണ്ടായി.

1899 ൽ രവിവർമ്മയുടെ പിതാവ് എഴുമാവിൽ ഇല്ലത്ത് നീലകണ്ഠൻ ഭട്ടതിരിപ്പാട് നിര്യാതനായി. പിതാവിന്റെ വേർപാടിൽ ദുഃഖമാചരിച്ച് കുറ ച്ചുനാൾ കിളിമാനൂരിൽ കഴിഞ്ഞുകൂടി. ശാരീരികാസ്വാസ്ഥ്യങ്ങളും അക്കാ ലത്ത് അദ്ദേഹത്തെ പിടികൂടിയിരുന്നു. ഡോക്ടർമാർ രവിവർമ്മയ്ക്ക് ആയുർവേദ ചികിത്സയും വിശ്രമവും നിർദ്ദേശിച്ചു. ചികിത്സ പൂർത്തി യാകുന്നതിനു മുമ്പ് അദ്ദേഹത്തിന് ബോംബെയിലേക്ക് തിരിച്ചുപോകേ ണ്ടിവന്നു. ബോംബെ അപ്പോഴും പ്ലേഗ് രോഗത്തിന്റെ ഭീഷണിയിൽനിന്ന് മോചിതമായിരുന്നില്ല. പ്രസിന്റെ അവസ്ഥ മനംമടുപ്പിക്കുംവിധം മോശ മായിരുന്നു. അച്ചടിച്ച ചിത്രപ്പകർപ്പുകൾ വിതരണം ചെയ്യാനാവാത്ത അവസ്ഥ തുടർന്നു. സ്റ്റെഷറുടെ ഉറപ്പിന്മേൽ പ്രസിന്റെ പൂർണ്ണമായ അവകാശം സ്റ്റെഷർക്ക് കൈമാറി. രവിവർമ്മ ഫൈൻ ആർട്സ് ലിത്തോപ്രസ് ഒരു കലാസ്ഥാപനമായി മാറ്റണമെന്ന ആഗ്രഹമായിരുന്നു സ്റ്റെഷറെ പ്രസ് ഏറ്റെടുക്കാൻ പ്രേരിപ്പിച്ചത്. രവിവർമ്മ അച്ചടിക്കായി വരച്ച എൺപത്തിയൊന്നു ചിത്രങ്ങളും സ്റ്റെഷർക്ക് നല്കിയിരുന്നു. പുരാണകഥാസന്ദർഭങ്ങളുടെ പൂർണ്ണതയാർന്ന വ്യാഖ്യാനങ്ങളായിരുന്നു ഈ ചിത്രങ്ങൾ. ഇവയിൽ പലതും പിന്നീട് അച്ചടിച്ചിട്ടില്ലെന്നും രേഖ കൾ സൂചിപ്പിക്കുന്നു. (1935 ൽ സ്റ്റെഷർ മരിക്കുന്നതുവരെ പ്രസ് നന്നായി നടത്തിയിരുന്നു. പിന്നീട് 1980 വരെ ഭാഗികമായി പ്രസ് പ്രവർത്തിച്ചിരു ന്നുവെങ്കിലും പില്ക്കാലത്ത് പൂർണ്ണമായും നിലച്ചമട്ടായി.) ബോംബെ

യിലെ താമസത്തിനിടയ്ക്ക് ഇന്ത്യൻ വൈസ്രോയിയുടെയും ഉദയപുരത്ത് മഹാറാണയുടെ ആഗ്രഹപ്രകാരം രജപുത്രവീരനായകന്മാരുടെ ച്ഛായാ ചിത്രങ്ങളും മഹാറാണയെ മോഡലാക്കിയുള്ള ച്ഛായാചിത്രവും രവിവർമ്മ വരച്ചു നല്കുകയുണ്ടായി. മഹാറാണ സമ്മാനങ്ങളും പ്രതിഫലവും നല്കി അദ്ദേഹത്തെ ആദരിച്ചു.

1901 ൽ മദ്രാസിൽ നടന്ന ചിത്രപ്രദർശനത്തിൽ രവിവർമ്മയും അനു ജൻ രാജരാജവർമ്മയും പങ്കെടുത്തിരുന്നു. രണ്ടുപേർക്കും സമ്മാനങ്ങൾ ലഭിക്കുകയുണ്ടായി. ചിത്രപ്രദർശനങ്ങളിലെ രവിവർമ്മയുടെ ഒടുവി ലത്തെ പങ്കാളിത്തമായിരുന്നു ഇത്. പുതിയ തലമുറയാണ് ഇനി മത്സര ങ്ങളിലൂടെ രംഗത്ത് വരേണ്ടതെന്നും താൻ ഇനി മത്സരത്തിൽ പങ്കെടു ക്കുകയില്ലെന്നും രവിവർമ്മ പത്രമാധ്യമങ്ങളിലൂടെ അറിയിച്ചു. അതു പോലെ രാജ്യത്തിന്റെ അഭിവൃദ്ധിക്കായി ബുദ്ധികൊണ്ടും, ശാരീരികശേ ഷിയുള്ളവർ അദ്ധ്വാനം കൊണ്ടും സജീവമായി പ്രവർത്തിക്കണമെന്നും രവിവർമ്മ ആഹ്വാനം ചെയ്തു. വ്യാവസായിക വളർച്ചയില്ലെങ്കിൽ ആ നാട്ടിൽ കലാരംഗവും വേണ്ടത്ര വളർച്ചയുണ്ടാകില്ലന്ന് വിശ്വസിച്ചിരുന്ന രവിവർമ്മ വ്യവസായം, കൃഷി, കച്ചവടം എന്നിവയിലൂടെ സമൂഹം മുന്നേ റണമെന്ന് പല സന്ദർഭങ്ങളിലും അഭിപ്രായപ്പെട്ടിരുന്നു.

വ്യവസായം, കൃഷി, സാങ്കേതികവിദ്യാഭ്യാസം, അച്ചടി, കലാവിപണി എന്നിവ സമന്വയിപ്പിച്ച ആദ്യത്തെ കലാകാരൻ കൂടിയായിരുന്നു രവി വർമ്മ. ഇക്കാര്യം അടിവരയിടുന്നതാണ് ഇന്ത്യൻ വൈസ്രോയിയായിരുന്ന കഴ്സൺ പ്രഭുവിന്റെ വാക്കുകൾ- രാജരാജവർമ്മ രേഖപ്പെടുത്തിയിരി ക്കുന്നത് ഇങ്ങനെ.

എന്റെ കാഴ്ചപ്പാടിൽ ഒരു രാജ്യത്തിന്റെ ക്ഷേമത്തിന് അവിടത്തെ പ്രഭുത്വത്തെ പൊതുജീവിതത്തിൽ നിന്ന് അകറ്റി നിർത്താൻ പാടി ല്ല. ഏതൊരു രാജ്യത്താണ് അവിടത്തെ കുലീനവർഗ്ഗം ദേശീയത യുടെ ഒഴുക്കിൽ നിന്ന് സ്വയം വേർപെടുത്തപ്പെട്ടിട്ടുള്ളത് അഥവാ കുലീനവർഗ്ഗം ക്രിയാത്മകമായ പങ്കുവഹിക്കാതെ വെറും കാഴ്ച ക്കാരായി ഒതുങ്ങിക്കൂടിയിട്ടുള്ളത് അവിടം പുരോഗതി നിലച്ചു പോയ അവസ്ഥയിലായിരിക്കും.

വൈസ്രോയി കഴ്സൺ പ്രഭുവിന്റെ പ്രസ്താവന അക്കാലത്തെ കൊട്ടാരങ്ങളിലേയും കോവിലകങ്ങളിലേയും പ്രഭുകുടുംബങ്ങളുടെയും പച്ചയായ അവസ്ഥയായിരുന്നു. കഴ്സൺ പ്രഭുവിന്റെ ഈ അഭിപ്രായ ത്തിന് എത്രയോ മുമ്പാണ് രവിവർമ്മ അദ്ധ്വാനത്തിന്റെയും പൊതുവി ദ്യാഭ്യാസത്തിന്റെയും സാങ്കേതിക വിദ്യാഭ്യാസത്തിന്റെയും ആവശ്യക തയെക്കുറിച്ച് പൊതുജനങ്ങളെ ബോധവാന്മാരാക്കുവാനും ഭരണാധികാ രികളുടെ ശ്രദ്ധയിൽപ്പെടുത്താനും ശ്രമിച്ചത്. അനാചാരങ്ങൾക്കെതിരെ യുള്ള സന്ദേശങ്ങളും രവിവർമ്മ ജനങ്ങളിലേക്ക് പകർന്നു നല്കിയിരുന്നു.

"ജാതിയല്ല മനുഷ്യനെ വേർതിരിക്കുന്നത്. അവന്റെ ഹൃദയശുദ്ധിയാണ്." നമ്മുടെ രാജ്യത്ത് എന്നും പ്രസക്തമാകേണ്ട ഈ വാക്കുകൾ രവിവർമ്മ യുടേതാണ്. തന്റെ ചിത്രങ്ങൾ കാണാൻ വിവിധ വിഭാഗം ആളുകൾ കൊട്ടാരത്തിനുള്ളിൽ വരുന്നതിനെച്ചൊല്ലിയുള്ള ചിലരുടെ അഭിപ്രായ ങ്ങൾക്ക് മറുപടിയായിട്ടാണ് രവിവർമ്മ ഇങ്ങനെയൊരു ഉപദേശം നല്കി യത്.

മാന്യമായ തൊഴിലായി ചിത്രകലയെ വളർത്തിയെടുക്കുവാനും ചിത്രകാരന് സമൂഹത്തിൽ മാന്യമായ സ്ഥാനം ലഭിക്കുവാനും സാധിച്ച ത് രവിവർമ്മയയുടെ കാലത്താണ്. കലാകാരന്മാരെ പ്രത്യേകിച്ച് ചിത്രകാ രന്മാരെ അംഗീകരിക്കുവാനും യുവചിത്രകാരന്മാർക്ക് വേണ്ട ഉപദേശ ങ്ങൾ നല്കുവാനും അദ്ദേഹം താല്പര്യം കാണിച്ചിരുന്നു. യുവചിത്ര കാരന്മാർക്ക് ചിത്രരചനയ്ക്ക് നല്ല അവസരങ്ങളുണ്ടാക്കിക്കൊടുക്കാൻ രവിവർമ്മ ശ്രമിച്ചിരുന്നതായി രേഖകളുണ്ട്. ഭാരതപര്യടനത്തിനിടയിൽ പല സ്ഥലങ്ങളിലുമുള്ള പ്രാദേശികമായി അറിയപ്പെടുന്ന കലാകാരന്മാരെ അവരുടെ സ്റ്റുഡിയോവിൽപോയി അദ്ദേഹം കാണുമായിരുന്നു.

സമൂഹത്തിലെ വിവിധ രംഗങ്ങളിൽ അറിയപ്പെടുന്നവർ രവിവർമ്മ യുടെ അടുത്ത് ഉപദേശങ്ങൾ തേടി എത്തിയിരുന്നു. കലാകാരന്മാരും കവികളും കൃഷിക്കാരുമൊക്കെ എത്തുമ്പോൾ അവരുടെ അഭിരുചി കൾക്കനുസരിച്ച് സമൂഹത്തിന് പ്രയോജനമാകുംവിധം ഉയരാനുള്ള ഉപ ദേശനിർദ്ദേശങ്ങളും സഹായങ്ങളും രവിവർമ്മ നല്കിയിട്ടുണ്ട്. സാങ്കേ തികവിദ്യയുടെ മുന്നേറ്റത്തിലൂടെ മാത്രമേ രാജ്യത്തിന് പുരോഗതിയു ണ്ടാവൂ എന്ന് അദ്ദേഹം ചിന്തിച്ചിരുന്നു. യാത്രകൾക്കിടയിൽ സാങ്കേതിക കലാവിദ്യാഭ്യാസസ്ഥാപനങ്ങൾ അദ്ദേഹം സന്ദർശിച്ചിക്കുക പതിവാണ്. ബോംബെയിലെ താമസത്തിനിടക്ക് രവിവർമ്മയുടെ സഹായത്തോടെ സാങ്കേതിക തൊഴിൽ മേഖലയിൽ വിജയം നേടിയ മലയാളികൾ നിര വധിയാണ്. നാട്ടിൽ ചെറുകിട വ്യവസായങ്ങളിലും കൃഷി സംരംഭങ്ങ ളിലും കയർ വ്യവസായങ്ങളിലും ഏർപ്പെട്ടിരുന്ന പലർക്കും രവിവർമ്മ സഹായങ്ങൾ ചെയ്തിട്ടുണ്ട്. വിദ്യാഭ്യാസ മേഖലയിലും പ്രത്യേകിച്ച് സാങ്കേതിക വിദ്യാഭ്യാസമേഖലയ്ക്ക് വേണ്ടി രവിവർമ്മ ധാരാളം പണം ചെലവഴിച്ചിട്ടുള്ളതായി ചില വ്യക്തികളുടെ അനുഭവക്കുറിപ്പുകൾ വ്യക്ത മാക്കുന്നു. നാഗർകോവിലിൽ ശ്രീമൂലം സാങ്കേതിക വിദ്യാലയം എന്ന സ്ഥാപനം രവിവർമ്മയുടെ ശ്രമഫലമായി സ്ഥാപിക്കപ്പെട്ടതാണ്. കിളി മാനൂർ കൊട്ടാരത്തിന്റെ ഭരണസാരഥ്യം രവിവർമ്മ ഏറ്റെടുത്തശേഷം നേരത്തെ തുടങ്ങിവച്ച കൃഷികാര്യങ്ങളിൽ കൂടുതൽ ശ്രദ്ധപതിപ്പിച്ചതായി രേഖകൾ പറയുന്നു. തെങ്ങ്, കവുങ്ങ്, കുരുമുളക് എന്നിവയുടെ കൃഷി കൂടുതൽ വിപുലപ്പെടുത്തുകയും യുവാക്കളെ ഈ രംഗത്തേക്ക് വരാൻ അദ്ദേഹം പ്രോത്സാഹിപ്പിക്കുകയും ചെയ്തു.

1901 ഡിസംബറിൽ ഹൈദരാബാദിലെ പ്രഭു കുടുംബാംഗമായ രാജ ദീനദയാൽ എന്ന സുഹൃത്ത് രവിവർമ്മയെ ക്ഷണിച്ചുകൊണ്ട് കത്തെഴു

തി. പേർഷ്യൻ, മുഗൾ, രജപുത്താന തുടങ്ങിയ വടക്കേ ഇന്ത്യയിലെ വിവിധ ശൈലിയിലുള്ള ധാരാളം പെയിന്റിങ്ങുകൾ ഹൈദരാബാദ് നൈസാമിന്റെ കൊട്ടാരത്തിലുണ്ടെന്നറിയാമായിരുന്ന രവിവർമ്മ അവ നേരിൽക്കണ്ട് പഠിക്കാനുള്ള അവസരം ലഭിക്കുമെന്ന ചിന്തയോടെ ക്ഷണം സ്വീകരിക്കുകയാണുണ്ടായത്. ഹൈദരാബാദിലെത്തിച്ചേർന്ന അദ്ദേഹം ദീനദയാലിന്റെ അതിഥിയായി താമസിക്കുകയും ചില ഛായാചി ത്രങ്ങൾ വരയ്ക്കുകയും ചെയ്തു. ഒപ്പമുണ്ടായിരുന്ന രാജരാജവർമ്മ ഇക്കാലത്തു വരച്ച പ്രകൃതിദൃശ്യങ്ങളും രവിവർമ്മ വരച്ച *സേവനത്തിൽ നിന്ന് വിരമിച്ച ഭടൻ* എന്നീ ചിത്രങ്ങളും പ്രശസ്തങ്ങളാണ്.

സേവനത്തിൽ നിന്ന് വിരമിച്ച ഭടൻ എന്ന ചിത്രത്തിലെ കഥാപാത്ര ത്തിന് മോഡലായിരുന്നത് മദ്രാസ് സർക്കാരിൽ നിന്ന് വിരമിക്കുകയും പിന്നീട് പൂന്തോട്ടത്തിൽ ഗേറ്റ് കീപ്പറായി ജോലി നോക്കുകയും ചെയ്തി രുന്ന ഒരാളാണ്. സേവനകാലത്തിന്റെ പ്രസരിക്കുന്ന ഓർമ്മകളും വാർദ്ധ ക്യത്തിന്റെ ദൈന്യതയുമൊക്കെ പ്രകടമാകുന്ന ശക്തമായ അവതരണ മായമ് ഈ ചിത്രം. നിഴലിന്റെയും വെളിച്ചത്തിന്റെയും സംവിധാനവും ശ്രദ്ധേയമാണ്.

ഹൈദരാബാദ് യാത്രക്കിടയിൽ ഹിന്ദു അടക്കമുള്ള ദേശീയ പത്ര ങ്ങളിലും അലഹബാദിൽ നിന്നുള്ള പ്രമുഖ ദിനപത്രങ്ങളിലും രവിവർമ്മ യെക്കുറിച്ചും അദ്ദേഹത്തിന്റെ ചിത്രങ്ങളെക്കുറിച്ചും പഠനാർഹമായ ലേഖ നങ്ങൾ ചിത്രങ്ങളോടൊപ്പം പ്രസിദ്ധീകരിച്ചിരുന്നു. പലവിധ ശൈലീസ ങ്കേതങ്ങളിലും പാശ്ചാത്യാനുകരണങ്ങളിലും പെട്ടിരുന്ന ഭാരതീയ ചിത്ര കലയിൽ പുതിയൊരു വെളിച്ചം വീശുന്ന രവിവർമ്മയുടെ കലയെ തിരി ച്ചറിയാനും കലാസ്വാദകർക്കും കലാവിദ്യാർത്ഥികൾക്കും അദ്ദേഹത്തിന്റെ കലയുടെ ഏറ്റവും പുതിയ അവതരണങ്ങളെ പരിചയപ്പെടുവാനും മേല്പ റഞ്ഞ ലേഖനങ്ങളും പത്രറിപ്പോർട്ടുകളും സഹായകമായി. ഇന്ത്യയുടെ അഭിമാനമായ കലാകാരനെക്കുറിച്ച് ചില പത്രങ്ങൾ മുഖപ്രസംഗവും എഴുതുകയും രവിവർമ്മ ചിത്രങ്ങൾ മുഖചിത്രമായി ദേശീയ അന്തർദ്ദേ ശീയ തലത്തിൽ പ്രശസ്തമായ മാസികകൾ പുറത്തിറക്കിയതും ഇക്കാ ലത്താണ്.

1903 ൽ മദ്രാസിൽ നടന്ന ചിത്രപ്രദർശനത്തിൽ രവിവർമ്മയും അനു ജൻ രാജരാജവർമ്മയും പങ്കെടുക്കുകയുണ്ടായി. രവിവർമ്മയുടെ *മല ബാർ സുന്ദരി, അമ്പലപ്പടികൾ, ജോലിയിൽ നിന്ന് വിരമിച്ച ഭടൻ* മദ്രാസ് ഗവർണറായിരുന്ന ഹാവലക് പ്രഭുവിന്റെ ഛായാചിത്രങ്ങൾ, രാജരാജ വർമ്മയുടെ *ഹുസൈൻ സാഗർ തടാകം, പ്രകൃതിദൃശ്യം* എന്നീ ചിത്ര ങ്ങളുമാണ് പ്രദർശിപ്പിച്ചത്. പ്രദർശനങ്ങളിൽ രവിവർമ്മ പങ്കെടുത്തുവെ ങ്കിലും മത്സരങ്ങളിൽ നിന്ന് വിട്ടുനിന്നു. ആയിടക്കാണ് ബ്രിട്ടീഷ് ഗവൺമെന്റ് രവിവർമ്മയ്ക്ക് കേസരി ഹിൻഡ് എന്നുള്ള ബഹുമതി നല്കി ആദരിച്ചത്. ലോകത്തിലെ പത്രമാധ്യമങ്ങളെല്ലാം പ്രാധാന്യത്തോ ടെയാണ് വാർത്തപ്രസിദ്ധീകരിച്ചത്. ബ്രിട്ടീഷ് ഇന്ത്യയുടെ ചരിത്രത്തിലെ

ആദ്യത്തെ പുരസ്കാരമായിരുന്നു രവിവർമ്മയ്ക്ക് ലഭിച്ചത്. പാശ്ചാത്യ ചിത്രകാരന്മാർക്ക്പോലും ലഭിക്കാതിരുന്ന ബഹുമതിയാണ് മലയാളി യായ രവിവർമ്മയ്ക്ക് കിട്ടിയത്. കേരളത്തിനകത്തും പുറത്തുമുള്ള സാധാ രണജനങ്ങളും കലാസ്വാദകരും രവിവർമ്മയുടെ പ്രശസ്തിയിൽ സന്തോ ഷിക്കുകയും അഭിമാനിക്കുകയും ചെയ്യുമ്പോഴും തിരുവിതാംകൂറിൽ രാജ കൊട്ടാരവുമായി ബന്ധപ്പെട്ട ചിലരെങ്കിലും ഈ സന്തോഷലബ്ധിയിൽ പങ്കുചേർന്നില്ലന്നത് ചരിത്രസത്യം.

1904 ൽ മദ്രാസിൽ നടന്ന പ്രദർശനത്തിൽ രവിവർമ്മയും അനു ജനും നേരിട്ട് പങ്കെടുത്തിരുന്നു. രവിവർമ്മ അവസാനമായി പങ്കെടുത്ത ചിത്രപ്രദർശനവും അതായിരുന്നു. *ഒരു പാഴ്സി മാന്യൻ, വിദൂര പൂർവ്വ ദേശത്തെ ദുഃഖസ്ഥിതി, താമരപ്പൂവിലെ അപ്സരസ്,* എന്നീ രവിവർമ്മ യുടെ ചിത്രങ്ങളും *മദ്ധ്യാഹനവിശ്രമം, പ്രഭാതപ്രാർത്ഥന* എന്നീ രാജരാ ജവർമ്മയുടെ ചിത്രങ്ങളും ഇതിനകം ചിത്രകലാ പഠനം പൂർത്തിയാക്കിയ രവിവർമ്മയുടെ മകൻ രാമവർമ്മ വരച്ച ചിത്രവും പ്രദർശനത്തിലുണ്ടാ യിരുന്നു. രാജരാജവർമ്മയുടെ *പ്രഭാത പ്രാർത്ഥന* എന്ന ചിത്രത്തിന് കീർത്തിമുദ്ര ബഹുമതി ലഭിക്കുകയും ചെയ്തു.

ബ്രിട്ടീഷ് ഗവൺമെന്റ് കേസരി ഹിൻഡ് എന്ന ബഹുമതിമുദ്ര നല്കി ആദരിച്ചു രവിവർമ്മ വിദേശരാജ്യങ്ങളിൽ നിന്നുള്ള പത്രപ്രതിനിധികളും കലാകാരന്മാരും ഉദ്യോഗസ്ഥപ്രമുഖരും അഭിനന്ദനങ്ങൾ അറിയിച്ചുകൊ ണ്ടിരുന്നു. ദേശീയ ദിനപത്രങ്ങൾ ദിവസങ്ങളോളം വാർത്തകളും ചിത്ര ങ്ങളും പ്രസിദ്ധീകരിച്ചു. അതേക്കുറിച്ച് അനുജൻ രാജരാജവർമ്മയുടെ ഡയറിക്കുറിപ്പിലെ ചിലഭാഗം.

ഇന്ത്യാ ചരിത്രത്തിൽ ഒരു ചിത്രകാരനെ ഇത്തരത്തിൽ ബഹുമാ നിക്കുന്നത് ആദ്യമായാണ്. ഇതുവരെയും പ്രസ്തുത ബഹുമതി കൾ നല്കിയിരുന്നത് വലിയ ഉദ്യോഗസ്ഥന്മാർക്കും വൻതുകകൾ ധാർമ്മിക കാര്യങ്ങൾക്ക് ചെലവഴിക്കുന്ന ധനാഢ്യന്മാർക്കുമായി രുന്നു. ഇന്ത്യയിൽ ചിത്രകലയെ വളർത്തുന്ന കാര്യത്തിൽ ഈ ബഹുമതി ഒരിക്കലും പരാജയപ്പെടുന്നതല്ലായിരിക്കും. ഈ സ്ഥാന ലബ്ധി കിളിമാനൂർ കുടുംബാംഗങ്ങളായ ഞങ്ങൾക്ക് എന്തു മാത്രം സംതൃപ്തി പ്രദാനം ചെയ്യുന്നെന്നോ? ഭാരതത്തിലെ ആദ്യത്തെ ലോകചിത്രകാരനായ അദ്ദേഹത്തിന് തന്റെ കലയോ ടുള്ള ഭക്തിയും പ്രേമവും ഭരണകൂടം അംഗീകരിച്ചതിൽ ആ മഹാ ചിത്രകാരന്റെ സന്തതസഹചാരിയും സഹപ്രവർത്തകനും സഹാ യിയുമായ എനിക്ക് അദ്ദേഹം എന്റെ സഹോദരനും കിളിമാനൂർ കുടുംബത്തിലെ പ്രധാനിയുമെന്നോർക്കുമ്പോൾ വളരെയധികം ആഹ്ലാദത്തിന് വക നല്കുന്നു.

എന്നാൽ തിരുവിതാംകൂറിലെ ചെറിയൊരു വിഭാഗം രവിവർമ്മയുടെ പ്രശസ്തിയിൽ അസൂയാലുക്കളായിരുന്നു. രവിവർമ്മയോടുള്ള അതൃപ്തി

മറ്റൊരു തരത്തിൽ അവർ പ്രകടിപ്പിക്കുകയും ചെയ്തു. 1900 മുതൽ ര
വിവർമ്മ കിളിമാനൂർ കൊട്ടാരഭരണം ഏറ്റെടുത്ത ശേഷം വരച്ച ചിത്ര
ങ്ങളിൽ 'രാജ' എന്നു കൂടി ചേർത്തിരുന്നു. പേരിനു മുമ്പിൽ രാജ എന്ന
പ്രയോഗം ചില പത്രങ്ങളിലും വന്നിട്ടുണ്ടായിരുന്നു. 'രാജ' സ്ഥാനം രവി
വർമ്മയ്ക്കുപയോഗിക്കാനാവില്ലെന്ന ചിലരുടെ പ്രേരണയിൽ ശ്രീമൂലം
തിരുനാൾ മഹാരാജാവ് ബ്രിട്ടീഷ് റസിഡന്റ് മഖൻസിക്ക് പരാതി നല്കി.
രവിവർമ്മയോട് ഇതേക്കുറിച്ച് വിശദീകരണം തേടിക്കൊണ്ട് കത്തയച്ചു.
മാനസികമായി തകർക്കുന്നതായിരുന്നു ഈ കത്തെങ്കിലും രവിവർമ്മ
യുടെ പ്രതികരണം ശക്തമായിരുന്നു. 'രാജാ' എന്ന പേരിന് താൻ അർഹ
നാണെന്ന് രവിവർമ്മ രേഖാമൂലം മഖൻസിക്ക് വിശദീകരണം നല്കി.
തന്റെ മുൻഗാമികളായ ബേപ്പൂർ രാജകുടുംബാംഗങ്ങൾ പേരിന്റെ
മുന്നിലോ പിന്നിലോ 'രാജ' ചേർക്കുന്നുണ്ടെന്ന് വിശദീകരണക്കുറിപ്പിൽ
എടുത്തുപറയുകയുണ്ടായി. മറ്റൊന്നു കൂടി അദ്ദേഹം സൂചിപ്പിച്ചിരുന്നത്
ഇങ്ങനെ: "തന്റെ കുടുംബം മരുമക്കത്തായ സമ്പ്രദായങ്ങൾ പിൻതു
ടർന്നു പോരുന്ന രാജകുടുംബമാണ്. അമ്മാവന്റെ പേര് രാജാരാജവർമ്മ
എന്നാണ്. അങ്ങനെയും പേരിനൊപ്പം 'രാജ' തനിക്കവകാശപ്പെട്ടതാണ്."
മഖൻസി രവിവർമ്മയുടെ വാദങ്ങളിലെ ന്യായം മഹാരാജാവിനെ
ബോധ്യപ്പെടുത്തുകയും ചില വ്യക്തികൾ കുത്തിപ്പൊക്കിയ കുതന്ത്രം
അങ്ങനെ ഒടുങ്ങുകയും ചെയ്തു. ഈ സംഭവങ്ങൾക്ക് മുമ്പുതന്നെ ചിത്ര
കലയുടെ കുലപതി - ചിത്രകലയുടെ രാജാവ് എന്ന അർത്ഥത്തിൽ
(രാജാരവിവർമ്മ) ചില പത്രങ്ങളും അദ്ദേഹത്തെ വിശേഷിപ്പിച്ചിരുന്നു.

9

അന്ത്യനാളുകൾ

ആയിരത്തിത്തൊള്ളായിരത്തി നാല് ഒക്ടോബറിൽ രവിവർമ്മയും അനുജൻ രാജരാജവർമ്മയുമായി ബോംബെയിലെത്തി. പ്രസ് അന്ന് പ്രവർത്തിച്ചിരുന്ന കാർലിനിൽ രവിവർമ്മ കുറച്ചുദിവസം താമസിച്ചു. പ്രസിന്റെ പേരിൽ സ്റ്റെഷറിൽ നിന്ന് ലഭിക്കേണ്ടുന്ന പണം പല തവണകളായും പലവിട്ടുവീഴ്ചകൾക്കുമൊടുവിൽ നവംബറിൽ കൈപ്പറ്റി. മുടക്കുമുതലിനേക്കാൾ വളരെ ചെറിയ സംഖ്യയാണ് തിരിച്ചുകിട്ടിയത്. കിട്ടിയ പണവുമായി അദ്ദേഹം കിളിമാനൂരിലെത്തി. ആരോഗ്യ സ്ഥിതിയും മോശമായിരുന്നു. മറ്റൊരു ദുരന്തമുണ്ടായത് അനുജൻ ഗോദവർമ്മയുടെ അകാല ചരമമായിരുന്നു. ഈ മരണം രവിവർമ്മയെ വല്ലാതെ തളർത്തി. ദുഃഖാചാരണമായി കുറേനാൾ കിളിമാനൂരിൽ കഴിഞ്ഞു. കുറച്ചുനാൾ തിരുവനന്തപുരം കൃഷ്ണവിലാസം കൊട്ടാരത്തിലായിരുന്നു താമസം. തിരുവിതാംകൂർ രാജകുടുംബത്തിലേക്ക് ദൗഹിത്രിയായ സേതുലക്ഷ്മീ ഭായിയെയും സേതുപാർവ്വതീഭായിയെയും ദത്തെടുത്തിരുന്നു. അവരുടെ ക്ഷണം സ്വീകരിച്ച് മക്കളും ചെറുമക്കളുമൊപ്പം താമസിക്കാനായിട്ടാണ് അദ്ദേഹം എത്തുന്നത്. തിരുവനന്തപുരത്തെ പഴയ സൗഹൃദങ്ങൾ പുതുക്കുവാനും പത്മനാഭസ്വാമി ക്ഷേത്രത്തിൽ ദർശനം നടത്തുവാനും ഇതു വഴി അദ്ദേഹത്തിന് സാദ്ധ്യമായി. തിരുവനന്തപുരത്തെ താമസത്തിനിടയ്ക്ക് രാജരാജവർമ്മയുമായി ചേർന്ന് രണ്ട് പ്രകൃതിദൃശ്യങ്ങളും അദ്ദേഹം വരയ്ക്കുകയുണ്ടായി.

ഇക്കാലത്താണ് മൈസൂർ രാജാവായ മഹാരാജകൃഷ്ണ രാജ ഉഡയാർ രവിവർമ്മയെ ക്ഷണിച്ചുകൊണ്ട് കത്തയച്ചിരുന്നത്. രവിവർമ്മ ഒരു ചായാചിത്രത്തിന്റെ പണിപ്പുരയിലായിരുന്നതിനാൽ ഉടനെ പോകാൻ കഴിഞ്ഞില്ല. കൽക്കത്തയിൽ പണികഴിപ്പിക്കുന്ന വിക്ടോറിയ സ്മാരകത്തിൽ

പ്രദർശിപ്പിക്കാൻ മുൻദിവാൻ സർ ടി മാധവറാവുവിന്റെ ഛായാചിത്രമാണ് അദ്ദേഹം വരച്ചു കൊണ്ടിരുന്നത്. വിക്ടോറിയ സ്മാരകത്തിൽ ഈ ഛായാ ചിത്രം പ്രദർശിപ്പിക്കുന്നതിൽ രവിവർമ്മയ്ക്കും പ്രത്യേക താല്പര്യമു ണ്ടായിരുന്നെന്ന് മാത്രമല്ല തന്റെ കലാപ്രവർത്തനങ്ങൾക്ക് രൂപവും ഭാവവും ദിശയും നല്കുന്നതിൽ സർ ടി മാധവറാവുവിന്റെ പങ്ക് രവി വർമ്മ എപ്പോഴും മനസ്സിൽ സൂക്ഷിച്ചിരുന്നു. അതുകൊണ്ടുതന്നെ ഛായാ ചിത്രം പൂർത്തിയാക്കി കൽക്കത്തയിലേക്ക് അയച്ചതിനുശേഷമാണ് രവി വർമ്മയും രാജരാജവർമ്മയും മൈസൂറിലേക്ക് തിരിച്ചത്. ഇതിനിടയ്ക്ക് മൈസൂർ മഹാരാജാവ് രവിവർമ്മയെ ക്ഷണിക്കാൻ ദൂതനെയും നേരിട്ട യയ്ക്കുകയുമുണ്ടായി.

മൈസൂറിലെത്തിയ രവിവർമ്മ അവിടത്തെ രൂപമാറ്റത്തിൽ അത്ഭു തപ്പെട്ടു. ഇരുപതുവർഷം മുമ്പ് കണ്ട മൈസൂറായിരുന്നില്ല രവിവർമ്മയ്ക്ക് കാണാനായത്. നവീകരിച്ച പൂന്തോട്ടങ്ങൾ, പുതിയ ബംഗ്ലാവുകൾ, തിര ക്കേറിയ നഗരവീഥികൾ ഇവയൊക്കെയായി പുതിയൊരു മൈസൂർ കാഴ്ച യാണ് രവിവർമ്മയെ സ്വീകരിച്ചത്. ജഗൻമോഹൻ കൊട്ടാരത്തിന്റെ ഒരു ഭാഗം ശില്പചാതുരി നിറഞ്ഞ ഒരു ഗ്യാലറിയാക്കി മാറ്റണമെന്ന് മൈസൂർ രാജാവ് ഏറെക്കാലമായി ആഗ്രഹിക്കുന്നു. രവിവർമ്മയുടെ നേതൃത്വ ത്തിൽ രവിവർമ്മയുടെ ആശയത്തിലൂടെതന്നെ ഗ്യാലറി നിർമ്മിക്കണ മെന്ന് അദ്ദേഹത്തിന് നിർബന്ധമായിരുന്നു. അങ്ങനെയാണ് രവിവർമ്മ യ്ക്കുവേണ്ടി മഹാരാജാവ് കാത്തിരുന്നത്. ഗ്യാലറിയിൽ വയ്ക്കുന്ന തിനായി ഒൻപത് ചിത്രങ്ങൾ വരയ്ക്കുന്നതിനുള്ള ആശയങ്ങളും ചർച്ച യിലൂടെ തീരുമാനിക്കപ്പെട്ടു. നേരത്തെ കത്തിലൂടെ ദൂതൻവഴിയും വിവ രങ്ങൾ അറിഞ്ഞിരുന്നതിനാൽ ചിത്രങ്ങൾക്ക് ചില സ്കെച്ചുകളും രവി വർമ്മ തയ്യാറാക്കിക്കൊണ്ടാണ് എത്തിയത്. അതോടൊപ്പം മഹാരാജാ വിന്റെ ഛായാചിത്രവും വരയ്ക്കാൻ തീരുമാനിച്ചു.

സംഗീതസാന്ദ്രമായ അന്തരീക്ഷമാണ് രവിവർമ്മയുടെ കലാരചന കൾക്ക് മഹാരാജാവ് പശ്ചാത്തലമൊരുക്കിയിരുന്നത്. കൂടാതെ സായാ ഹ്നങ്ങളിൽ ദിവസവും പ്രമുഖരായ കലാകാരന്മാരുടെ സംഗീത നാടക-നൃത്ത സദസ്സുകൾ അവതരിപ്പിക്കപ്പെട്ടു. മറ്റൊരു കലാകാരനും ലഭി ക്കാത്ത ആദരവാണ് മൈസൂർ മഹാരാജാവ് രവിവർമ്മയ്ക്കും അനുജൻ രാജരാജവർമ്മയ്ക്കും നല്കിയത്. സർക്കാരിന്റെ വിശിഷ്ട അതിഥികളാ യിട്ടാണ് അവർ മൈസൂറിൽ കഴിഞ്ഞത്. മൈസൂറിലെ പ്രകൃതി രമണീ യമായ സ്ഥലങ്ങൾ സന്ദർശിക്കാനുള്ള സൗകര്യങ്ങളും സർക്കാർ ചെയ്തുകൊടുത്തിരുന്നു. ചരിത്രപ്രസിദ്ധമായ സ്ഥലങ്ങൾ, പുണ്യസങ്കേ തകങ്ങൾ, ക്ഷേത്രങ്ങൾ, കൊട്ടാരങ്ങൾ എന്നിവിടങ്ങളായിരുന്നു രവി വർമ്മ പ്രധാനമായും സന്ദർശിച്ചത്. ചിത്രങ്ങളുടെ പശ്ചാത്തലാവതരണ ത്തിന് വേറിട്ട രൂപമാതൃകകളും വർണ്ണശൈലിയും കൊണ്ടുള്ള മാറ്റം രവിവർമ്മ ആഗ്രഹിച്ചിരുന്നു. അതിലദ്ദേഹം പൂർണ്ണമായി വിജയിക്കുകയും ചെയ്തു. പുരാണകഥാതന്തുക്കളെ ആസ്പദമാക്കിയുള്ള *ശ്രീരാമചാപ*

ഭജ്ഞനം, സേതുബന്ധനം, വാസുദേവദേവകി ബന്ധനമോചനം, രാവ
ണപ്രതാപം, രാവണ ജഡായുസംഘട്ടനം, ഭീക്ഷ്മപ്രതിജ്ഞ, ദമയന്തീ
ദൗത്യനിവേദനാനന്തരം, ഭഗവത്ദൂത്, സൈരന്ധ്രീ ദാസ്യം എന്നീ ചിത്ര
ങ്ങളാണ് മൈസൂറിലെ ജഗൻമോഹൻ കൊട്ടാരത്തിലേക്ക് വരച്ചത്.
മൈസൂറിൽവച്ച് എല്ലാ ചിത്രങ്ങളും പൂർത്തിയാക്കാൻ കഴിഞ്ഞില്ല.
പൂർത്തിയാക്കാത്തവ കിളിമാനൂരിൽ വച്ചാണ് വരച്ചു നല്കിയത്)
മൈസൂർ മഹാരാജാവിന്റെ ച്ഛായാചിത്രം രവിവർമ്മയും രാജരാജ
വർമ്മയും ചേർന്ന് വരച്ചതാണെന്നുള്ള പ്രത്യേകതയുമുണ്ട്. ഇരുവരു
ടെയും പേരുകൾ ചിത്രത്തിൽ രേഖപ്പെടുത്തിയിട്ടുണ്ട്. *കുളത്തിൻ കര
യിൽ* എന്ന ശ്രദ്ധേയമായ ചിത്രം രാജരാജവർമ്മ വരച്ചതും മൈസൂർ
വാസത്തിനിടയിലാണ്.

മൈസൂറിലെ താമസത്തിനിടക്ക് അനുജൻ രാജരാജവർമ്മയ്ക്ക്
അസുഖം പിടിപെട്ടു. ഇടയ്ക്കൊന്നു കുറഞ്ഞുവെങ്കിലും പിന്നെയും
അസുഖം വർദ്ധിച്ചു. അനുജൻ രോഗശയ്യയിലായപ്പോൾ രവിവർമ്മ
വല്ലാതെ പതറിപ്പോയി. മദ്രാസിൽ പഠിക്കുകയായിരുന്ന മകൻ രാമ
വർമ്മയെ മൈസൂറിലേക്ക് വിളിച്ചുവരുത്തി. ആദ്യം ബാംഗ്ലൂരിലും പിന്നീട്
വിദഗ്ധചികിത്സയ്ക്കായി രാജരാജവർമ്മയെ മദ്രാസിലേക്കും കൂട്ടിക്കൊ
ണ്ടുപോയി.

രവിവർമ്മയെക്കുറിച്ചും അക്കാല കലാസാംസ്കാരിക ജീവിതത്തെ
ക്കുറിച്ചും കുടുംബജീവിതത്തിലേക്കും വെളിച്ചം വീശുന്ന രേഖകൾ
സമ്മാനിച്ചിരിക്കുന്നത് അനുജൻ രാജരാജവർമ്മയുടെ ഡയറിക്കുറിപ്പു
കളാണ്. രോഗശയ്യയിലാകുന്നതുവരെ അദ്ദേഹം അതു തുടർന്നിരുന്നു.
ഡയറിക്കുറിപ്പിലെ അവസാനം ഭാഗം മദ്രാസിൽ പോകുന്നതിന് ദിവസ
ങ്ങൾക്ക് മുമ്പ് എഴുതിയതാണ് 1904 നവംബർ 6 ന്.

> ഞങ്ങൾ വസതിയിൽ മടങ്ങിയെത്തിയപ്പോൾ എന്റെ അസുഖം
> വീണ്ടും ആരംഭിച്ചു. വീണ്ടും പനി തുടങ്ങി. 11-ാം തീയതി മടങ്ങി
> പോകണമെന്ന തീരുമാനം മാറ്റിവക്കേണ്ടിവന്നു. യാത്ര മാറ്റിവച്ചി
> രിക്കുന്നതായി കമ്പിസന്ദേശങ്ങൾ അയച്ചു. എന്റെ ആരോഗ്യം
> അനുവദിക്കുമെങ്കിൽ ഞങ്ങൾക്ക് മടങ്ങിപ്പോകണമെന്നാണ് തീരു
> മാനം.

രാജരാജവർമ്മ ഏറ്റവുമൊടുവിൽ എഴുതിയ ഡയറിയിലെ ഭാഗമാ
ണിത്. രാജാരവിവർമ്മയുടെ ജീവിതത്തിലെയും കലയിലെയും പ്രധാന
മുഹൂർത്തങ്ങളൊക്കെ അനുജന്റെ ഈ ഡയറിക്കുറിപ്പുകളിലൂടെയാണ്
ലോകമറിയാൻ ഇടയായത്. ജ്യേഷ്ഠനോടൊപ്പം കലയിലും ജീവിത
ത്തിലും ഒരു കൈത്താങ്ങായിരുന്നു എന്നും രാജരാജവർമ്മ.

മദ്രാസിലെ വിദഗ്ധ ചികിത്സയിലും രാജരാജവർമ്മയ്ക്ക് കാര്യമായ
ഗുണങ്ങളുണ്ടായില്ല. 1905 ജനുവരി 4 ന് 45-ാം വയസ്സിൽ രാജരാജവർമ്മ

ലോകത്തോട് വിടപറഞ്ഞു. രവിവർമ്മയുടെ ഹൃദയം തകർന്ന അവസ്ഥ. അനുജന്റെ വേർപാട് അദ്ദേഹത്തിന് താങ്ങാനാവുന്നതിനുമപ്പുറമായിരു ന്നു. ഒരു നിഴൽപോലെ എന്നും തന്റെ ഒപ്പമുണ്ടായിരുന്ന അനുജൻ ഇല്ലാ തായിരിക്കുന്നു. ജ്യേഷ്ഠന്റെ കലയിലും ജീവിതത്തിലും ഇത്രയധികം ഇഴചേർന്ന സഹോദരബന്ധം അത്യപൂർവ്വമാണ്. രാജരാജവർമ്മയുടെ ഭൗതികശരീരം മദ്രാസിൽതന്നെ സംസ്കരിച്ചു. ചടങ്ങുകൾക്കുശേഷം കഠിനമായ ദുഃഖഭാരത്തോടെയാണ് രവിവർമ്മ മദ്രാസിൽ നിന്ന് കിളിമാ നൂരിൽ തിരിച്ചെത്തിയത്.

മാനസികവും ശാരീരികവുമായ തകർച്ചയിലായിരുന്നു രവിവർമ്മ യുടെ പിന്നീടുള്ള ദിനങ്ങൾ. ബന്ധുക്കളുടെയും സുഹൃത്തുക്കളുടെയും വാക്കുകൾ അദ്ദേഹത്തിന്റെ മനസ്സിനെ ആശ്വസിപ്പിക്കാനായില്ല. ചിത്ര ചനയിലേർപ്പെടാത്ത ദിനരാത്രങ്ങൾ, പുരാണപാരായണത്തിലും വായ നയിലും കൃഷിയിലും ശ്രദ്ധവച്ച ദിനങ്ങൾ. എത്ര കടുത്ത ദുഃഖമുണ്ടാ യാലും കലാകാരന്മാരോടും കലാസ്വാദകരോടും സുഹൃത്തുക്കളോടും വാചാലനാകുകയും കലാസാഹിത്യവിഷയങ്ങൾ സംസാരിച്ചിരിക്കാൻ താല്പര്യവും കാണിച്ചിരുന്ന രവിവർമ്മയുടെ സ്വഭാവത്തിൽ തന്നെ കാര്യ മായ വ്യത്യാസങ്ങളുണ്ടായിരുന്നതായി മകൻ രാമവർമ്മയുടെ ചില കുറി പ്പുകൾ വ്യക്തമാക്കുന്നു. ഏകാന്തതയെ അദ്ദേഹം ഇഷ്ടപ്പെടാൻ തുട ങ്ങി. വാചാലനായ രവിവർമ്മ ഒന്നിനും പ്രതികരിക്കാത്ത മനസ്സിന്റെ ഉട മയായി മാറി. ദൂരയാത്രകൾ നിറുത്തിവച്ചു. സായാഹ്നങ്ങളിൽ വല്ലപ്പോഴും പുറത്തേക്കിറങ്ങും. കൃഷിയിടങ്ങളിൽ, പ്രത്യേകിച്ച് പാടവരമ്പുകളിലൂ ടെയും കുന്നിൻചരിവുകളിലൂടെയും വടിയൂന്നി നടന്നകലുന്ന രവി വർമ്മയെ അക്കാലത്തെ ചില സുഹൃത്തുക്കളുടെ ഓർമ്മക്കുറിപ്പുകളിൽ സൂചിപ്പിച്ചിട്ടുണ്ട്.

അനുജന്റെ നിര്യാണത്തിലുള്ള തീരാദുഃഖത്തിൽ ഏകാന്തതയെ സ്നേഹിച്ച് കഴിയുമ്പോഴും മൈസൂർ രാജാവിനുവേണ്ടി വരയ്ക്കാ മെന്നേറ്റ ചിത്രങ്ങൾ പൂർണ്ണമായും പൂർത്തിയാക്കിയിട്ടില്ലെന്ന് അതിലെ ഓരോ കഥാപാത്രങ്ങളും അദ്ദേഹത്തിന്റെ മനസ്സിലേക്ക് കടന്നുവന്നു ഓർമ്മിപ്പിച്ചുകൊണ്ടിരുന്നു. മനസ്സിലെ ഈ അസ്വാസ്ഥ്യം അദ്ദേഹം ചിത്ര കാരനായ മകൻ രാമവർമ്മയോട് സൂചിപ്പിക്കുകയും ചെയ്തു. വീണ്ടും ദിവസങ്ങൾ കഴിഞ്ഞശേഷം മകൻ കൂടി താല്പര്യമെടുത്തപ്പോഴാണ് മൈസൂർരാജാവിനോട് വാക്കുപാലിക്കാൻ രവിവർമ്മ മനസ്സുകൊണ്ട് തയ്യാറെടുക്കുന്നത്. അനുജൻ രാജരാജവർമ്മയ്ക്ക് പകരക്കാരനായി മകൻ രാമവർമ്മ ചിത്രരചനയിൽ രവിവർമ്മയെ സഹായിച്ചു. ഈ വിശ്വോ ത്തര ചിത്രകാരന്റെ പ്രശസ്തമായ ചിത്രങ്ങളിൽ അവസാനത്തേതാണ് മൈസൂർരാജാവിനുവേണ്ടി വരച്ച ചിത്രങ്ങൾ (മൈസൂർ കൊട്ടാരത്തിൽ അവ സൂക്ഷിച്ചിട്ടുണ്ട്).

പൂർത്തിയാക്കിയ ചിത്രങ്ങളുമായി മകനോടൊപ്പം രവിവർമ്മ മൈസൂ റിലെത്തി. ചിത്രങ്ങൾ സ്ഥാപിക്കാൻ നിശ്ചയിച്ചിരുന്ന മുറികളും ഹാളു

മൊക്കെ രവിവർമ്മ പരിശോധിച്ച് ഓരോ ചിത്രങ്ങളും സ്ഥാപിക്കേണ്ട സ്ഥലങ്ങൾ നിശ്ചയിച്ചശേഷം ചിത്രങ്ങളുടെ അവസാനമിനുക്കുപണിക ളിലേക്ക് തിരിഞ്ഞു. ചിത്രങ്ങൾ പ്രദർശിപ്പിക്കുന്ന ഈ കൊട്ടാരം മൈസൂ റിൽ വലിയ വാർത്തയായി. ജനങ്ങൾ പ്രദർശനം കാണാനും ചിത്രങ്ങൾ കാണാനും താല്പര്യം കാട്ടി. പിന്നീട് മൈസൂർ രാജാവ് ചിത്രങ്ങൾ കാണാൻ അനുവാദം നല്കുകയുണ്ടായി.

മൈസൂറിലെ താമസത്തിനിടക്ക് മകൻ രാമവർമ്മയ്ക്ക് വസൂരി രോഗം പിടിപെട്ടു. മൈസൂർ രാജാവിന്റെ ഡോക്ടർ രംഗണ്ണ സമയോചി തമായി വിദഗ്ദ്ധ ചികിത്സ നല്കുകയും കുറച്ചു ദിവസം കൊണ്ട് രോഗം പൂർണ്ണമായും ഭേദമാകുകയും ചെയ്തു. ആയിടയ്ക്കാണ് ബ്രിട്ടനിലെ ജോർജ് രാജകുമാരൻ ഇന്ത്യാ സന്ദർശനത്തിന്റെ ഭാഗമായി മൈസൂറി ലെത്തിയത്. ജോർജ് രാജകുമാരനോടൊപ്പം രവിവർമ്മയെയും മൈസൂർ മഹാരാജാവ് ആദരിച്ചു. രവിവർമ്മ ചിത്രങ്ങളോട് താല്പര്യം തോന്നിയ ജോർജ് രാജകുമാരൻ മൈസൂറിലെ യാത്രകളിൽ രവിവർമ്മയെയും ക്ഷണിക്കുകയുണ്ടായി. പാശ്ചാത്യ ചിത്രകാരന്മാരും ജോർജ് രാജകുമാ രനോടൊപ്പമുണ്ടായിരുന്നു. കലങ്ങിമറിയുന്ന മനസ്സ് ശാന്തമാകാൻ രാജ കുമാനോടൊപ്പമുള്ള യാത്രസഹായിക്കുമെന്ന ചിന്തയിലായിരുന്നു രവി വർമ്മ. യാത്രയിൽ മൈസൂർ വനങ്ങളിലെ മനോഹരമായ ദൃശ്യങ്ങൾ പകർത്തിയ പാശ്ചാത്യ ചിത്രകാരന്മാരോടൊപ്പം രവിവർമ്മയും തന്റെ തനതായ ശൈലിയിൽ ചിത്രങ്ങൾ വരച്ചിരുന്നു അതുപോലെ മൈസു റിലെ പ്രധാനപ്പെട്ട കാഴ്ചയായ ഖെദ്ദ ഓപ്പറേഷൻ രവിവർമ്മ ചിത്രങ്ങ ളിലേക്ക് പകർത്തി. ആനകളെ കൂട്ടത്തോടെ താവളം മാറ്റുന്ന മൈസൂ റിൽ മാത്രം നടക്കുന്ന ഒരു ഉത്സവക്കാഴ്ചയാണ് ഖെദ്ദ ഓപ്പറേഷൻ. വിദേ ശീയരടക്കം വലിയൊരു ജനാവലി ഈ ഉത്സവക്കാഴ്ചയ്ക്ക് സാക്ഷ്യം വഹിക്കാമായിരുന്നു. ഖെദ്ദ ഓപ്പറേഷൻ എന്ന് പേരിട്ട രവിവർമ്മ ചിത്ര ങ്ങൾ ശ്രദ്ധേയമായിരുന്നു.

1906 ഫെബ്രുവരിയിൽ രവിവർമ്മയും മകനും നാട്ടിലേക്ക് തിരിച്ചു. പ്രതിഫലവും വിലപിടിപ്പുള്ള സമ്മാനങ്ങളും നല്കിയാണ് മൈസൂർ രാജാവ് രവിവർമ്മയെ യാത്രയാക്കിയത്. കിളിമാനൂരിൽ എത്തിയ രവി വർമ്മ രോഗങ്ങൾമൂലവും മാനസിക വ്യഥയിലും തളർന്ന അവസ്ഥയി ലായിരുന്നു. അദ്ദേഹത്തിന്റെ പ്രസരിപ്പിനെ പ്രതികൂലമായി ബാധിച്ചു കൊണ്ടിരുന്നുവെങ്കിലും ചിത്രംവരയ്ക്കാനുള്ള മനസ്സ് എപ്പോഴും അദ്ദേ ഹത്തിൽ സജീവമായിരുന്നതായിട്ടാണ് ചില കുറിപ്പുകൾ വ്യക്തമാക്കു ന്നത്. പുരാണേതിഹാസങ്ങളിലും മഹാകാവ്യങ്ങളിൽ നിന്നുമൊക്കെ പല പ്പോഴായി തെരഞ്ഞെടുത്ത മുഹൂർത്തങ്ങളിൽ ശേഷിച്ചവ വരയ്ക്കണ മെന്ന ഉൾവിളിയോടെ രവിവർമ്മയും കിളിമാനൂർ കൊട്ടാരവും സജീവ മായി. ചിത്രരചനാവേളയിൽ ഒപ്പമുണ്ടാകാറുള്ള കിളിമാനൂർ മാധവവാ ര്യർ, മടവൂർ സി നാരായണപിള്ള, കിളിമാനൂർ ശേഖരവാര്യർ എന്നിവർ രവിവർമ്മയ്ക്ക് വരയ്ക്കാനാവശ്യമായ തയ്യാറെടുപ്പുകൾ നടത്തി.

നേരത്തെ തയ്യാറാക്കി വച്ചിരുന്ന *കാദംബരി*യിലെ ചില ഭാഗങ്ങളുടെ രൂപ
രേഖകളാണ് വരയ്ക്കാനായി ആദ്യമെടുത്തത്. രചനയ്ക്കിടയിൽ റാണി
ലക്ഷ്മിഭായിയുടെ വിവാഹച്ചടങ്ങിൽ പങ്കെടുക്കാൻ തിരുവനന്തപുരത്തെ
ത്തുകയും ശ്രീപാദം കൊട്ടാരത്തിൽ താമസിക്കുകയും വിവാഹ ചടങ്ങു
കൾക്കുശേഷം വൈകാതെ കിളിമാനൂരിലേക്ക് മടങ്ങുകയും ചെയ്തു.
പ്രമേഹരോഗം കലശലായതിനാൽ അദ്ദേഹം വല്ലാതെ അസ്വസ്ഥനായി
രുന്നു. വിശപ്പില്ലായ്മയും നല്ല ക്ഷീണവും രവിവർമ്മയെ ബാധിച്ചിരുന്നു.

1906 സെപ്തംബറിൽ ആയുർവേദ ചികിത്സ ആരംഭിച്ചു. ഇടയ്ക്കിടെ
കാദംബരി ചിത്രം പൂർത്തിയാക്കാനുള്ള ശ്രമം അദ്ദേഹം തുടർന്നു
കൊണ്ടിരുന്നു. രവിവർമ്മയ്ക്ക് ശാരീരികാസ്വാസ്ഥ്യമുള്ളതായും ദിവസ
വുമുള്ള ആരോഗ്യ വിവരത്തെയും കുറിച്ച് ദേശീയ പത്രങ്ങൾ വാർത്ത
കൾ പ്രസിദ്ധീകരിക്കാൻ തുടങ്ങി. ബോംബെയിൽ നിന്ന് രവിവർമ്മയുടെ
സുഹൃത്തും ഡോക്ടറുമായ പി എം മത്തായി, ഡോക്ടർ ദാൽചന്ദ്രകൃ
ഷ്ണ, കൊട്ടാരം വൈദ്യരായ വാസുദേവനുണ്ണി, മൂസത് തുടങ്ങിയവരും
കിളിമാനൂരിൽ താമസിച്ച് രവിവർമ്മയ്ക്ക് വേണ്ട ചികിത്സാ നിർദ്ദേശങ്ങൾ
നല്കിക്കൊണ്ടിരുന്നു. ഇന്ത്യയിലെ പ്രധാന ദിനപത്രങ്ങളുടെയും മാദ്ധ്യ
മങ്ങളുടെയും പ്രതിനിധികളും കിളിമാനൂരിൽ എത്തിക്കൊണ്ടിരുന്നു. ചില
മാധ്യമപ്രതിനിധികൾ ആറ്റിങ്ങലിലും കിളിമാനൂരിലും താമസിച്ചുകൊ
ണ്ടാണ് രവിവർമ്മയുടെ ആരോഗ്യവിവരം റിപ്പോർട്ട് ചെയ്തത്.

രവിവർമ്മയുടെ രോഗനില വഷളായിക്കൊണ്ടിരുന്നെങ്കിലും ഇടയ്ക്ക്
അദ്ദേഹം തന്നെ സൗന്ദര്യലഹരിസ്തോത്രം ഉരുവിടുകയും ചിലപ്പോൾ
പുരാണശ്ലോകങ്ങൾ മറ്റാരെക്കൊണ്ടെങ്കിലും ചൊല്ലിക്കേൾക്കുകയും
ചെയ്തിരുന്നു. കുറച്ചു സുഖം തോന്നിയാൽ കിടക്കയ്ക്കരുകിൽ തയ്യാ
റായിരിക്കുന്ന കാദംബരി ചിത്രം പൂർത്തിയാക്കാൻ ശ്രമിക്കും. സഹായി
കളും മകനുമൊക്കെ അദ്ദേഹം ഉദ്ദേശിക്കുന്ന ബ്രഷ്വും നിറങ്ങളും എടു
ത്തുകൊടുക്കുകയും വിറയാർന്ന വിരലുകൾക്ക് ശക്തി പകരുകയും
ചെയ്യുമായിരുന്നു. അങ്ങനെയൊരു ദിവസം ചിത്രം വരയ്ക്കാൻ താല്പ
ര്യപ്പെട്ട രവിവർമ്മയെ മകനും സഹോദരിയും സഹായിച്ചുകൊണ്ടിരുന്നു.
തന്റെ രോഗത്തിന് കാര്യമായ കുറവുണ്ടെന്ന് സഹോദരിയായ മംഗളാ
ഭായി തമ്പുരാട്ടിയോട് അദ്ദേഹം പറയുകയും ചെയ്തു. പെട്ടെന്നാണ്
കൈയിലിരുന്ന ബ്രഷ് താഴെവീണതും രവിവർമ്മ കിടക്കയിലേക്ക് ചരി
ഞ്ഞതും. വിശ്വോത്തര ചിത്രകാരനായ രാജാരവിവർമ്മയുടെ മനസ്സിലെ
നിറങ്ങൾ മായുകയായിരുന്നു. അദ്ദേഹം ചാലിച്ചു കൂട്ടിയ വർണ്ണക്കൂട്ട
ുകൾ ഘനീഭവിച്ചതുപോലെ. രാജാരവിവർമ്മ ലോകത്തോട് വിടപറയു
ന്നതിന് തൊട്ടുമുമ്പുള്ള നിമിഷങ്ങൾ.

രാജാരവിവർമ്മയുടെ അന്ത്യനിമിഷങ്ങളെക്കുറിച്ച് മകൻ രവി
വർമ്മയും അനന്തരവൻ കെ ആർ രവിവർമ്മയും രേഖപ്പെടുത്തിയിട്ടുള്ള
കുറിപ്പുകൾ ഇങ്ങനെ.

മരണത്തിന് മണിക്കൂറുകൾക്ക് മുമ്പുള്ള മുഹൂർത്തങ്ങളെ മകൻ
അനുസ്മരിക്കുന്നു.

എന്നെ അടുത്തു വിളിച്ചു. എന്നിട്ടു പറഞ്ഞു. "ഞാനൊരു പുസ്തകം നോക്കിക്കൊണ്ട് കിടക്കുകയായിരുന്നു. പേജുകൾ മറിച്ചുകൂട്ടത്തിൽ ആ ചിത്രം കാണാൻ കഴിഞ്ഞില്ല. എനിക്കത് കാണണം." കാര്യം മനസ്സിലാകാതെ ഞാൻ വിഷമിക്കുന്നതു കണ്ട് ചില ആംഗ്യങ്ങൾ കാട്ടി. ദേവീവിഗ്രഹമാണ് ഉദ്ദേശിക്കുന്നതെന്ന് എനിക്കു മനസ്സിലായി. പെട്ടെന്ന് ആ ചിത്രം മുമ്പിൽ കൊണ്ടു വച്ചു. കണ്ണുകൾ തുറന്ന് ഭക്തിയോടെ ചിത്രത്തിൽ നോക്കി കൈകൾ കൂപ്പി. തുടർന്ന് വിദേശത്തുനിന്നെത്തിയവരോട് പതിവുപോലെ അവരുടെ ഭാഷയിൽ സ്ഫുടമല്ലെങ്കിലും മനസ്സിലാക്കുന്നവിധത്തിൽ സംസാരിച്ചു.

രാജാരവിവർമ്മ സ്വരൂപിച്ച വർണ്ണാഭമായ നിറക്കൂട്ടുകൾ ഇനി ഒരിക്കലും ചാലിച്ചുചേർക്കാനാവില്ലെന്ന് മനസ്സിലാക്കിയ അദ്ദേഹത്തിന്റെ അനന്തിരവൻ കെ ആർ രവിവർമ്മയുടെ രേഖപ്പെടുത്തൽ വികാരനിർഭരമാണ്.

അമ്മാവൻ കിടന്നിരുന്നത് അദ്ദേഹത്തിന്റെ ചിത്രശാലയിൽ തന്നെയായിരുന്നു. അവിടെ മുമ്പ് ഞാൻ കണ്ടിട്ടില്ലാത്തവരും ബോംബെയിൽ നിന്ന് വന്നിട്ടുള്ളവരുമായ അമ്മാവന്റെ മിത്രങ്ങൾ കുറേപ്പേർ ഉണ്ടായിരുന്നു. ചിലർ അമ്മാവന്റെ നാഡി പിടിച്ചുകൊണ്ട് കിടക്കയിൽ ഇരുന്നിരുന്നു. അന്നവിടെ ഉണ്ടായിരുന്ന വൈദ്യന്മാരിൽ ചിരട്ടമൺ വിഷ്ണുമൂസതിന്റെ വൈദ്യജ്ഞാനത്തിൽ ഞാനിപ്പോഴും അത്ഭുതപ്പെടുന്നു. അദ്ദേഹം എന്നെ വിളിച്ച് എളുപ്പം കുളികഴിഞ്ഞ് വരുവാൻ ആവശ്യപ്പെട്ടു. ഞാൻ സ്നാനം നടത്തി മടങ്ങിയെത്തിയപ്പോൾ അമ്മാവന്റെ മരണത്തിന് തൊട്ടുമുമ്പ് ചെയ്യേണ്ടതെല്ലാം അവിടെ ഒരുക്കിവച്ചിരുന്നു. അത് വിഷ്ണുമൂസതിന്റെ അപേക്ഷ പ്രകാരമായിരുന്നു. സ്നാനം കഴിഞ്ഞെത്തിയ എന്നോട് പുതുതായി വെട്ടിച്ച കുളത്തിലാണോ കുളിച്ചതെന്ന് അമ്മാവൻ ചോദിച്ചു. സുഖക്കേട് മാറിയാലുടൻ കുളപ്പുരയുടെ കടവുകൾ എല്ലാം തീർക്കണമെന്നും മറ്റുമുള്ള മോഹങ്ങൾ പറയുന്നതു കേട്ടപ്പോൾ സംഭവിക്കാൻ പോകുന്ന അത്യാഹിതത്തെപ്പറ്റി അദ്ദേഹത്തിന് ലേശവും ശങ്കയുണ്ടായിരുന്നില്ലെന്ന് എനിക്കപ്പോൾ തോന്നി. അമ്മാവൻ കാണാതെ എന്നെക്കൊണ്ട് വിഷ്ണു മൂസത് ദാനക്രിയകൾ അനുഷ്ഠിച്ചു. അപ്പോൾ മണി ഒന്നര കഴിഞ്ഞിരുന്നു. അമ്മാവനെ എടുത്ത് താഴെ ദർഭവിരിയിൽ കിടത്തിയപ്പോൾ മൂന്നാമത്തെ ഊർദ്ധശ്വാസവും പൊയ്ക്കഴിഞ്ഞിരുന്നു.

രാജരവിവർമ്മ വിടപറഞ്ഞിരിക്കുന്നു. "1906 ഒക്ടോബർ 2 ഉച്ചയ്ക്ക്" കൊട്ടാരവും പരിസരവും ദുഃഖാർത്തരായ കുടുംബാംഗങ്ങളെയും ബന്ധുജനങ്ങളെയും സുഹൃത്തുക്കളെയും കൊണ്ട് നിറഞ്ഞു. ദുഃഖം താങ്ങാനാവാതെ പൊട്ടിക്കരയുന്ന നാട്ടുകാരും കലാകാരന്മാരും കലാസ്വാദകരും.

ഇന്ത്യയിലും വിദേശത്തുമുള്ള പത്രപ്രതിനിധികൾ, കിളിമാനൂരിലെ കൊട്ടാരവളപ്പിലെത്തി രാജാരവിവർമ്മയുടെ നിര്യാണവാർത്തയും സംസ്കാരച്ചടങ്ങുകളുടെ റിപ്പോർട്ടുകളും അയച്ചുകൊണ്ടിരുന്നു. അടുത്ത ദിവസം ലോകമെമ്പാടുമുള്ള ദിനപത്രങ്ങൾ രാജാരവിവർമ്മയുടെ നിര്യാണവാർത്തയും ചിത്രങ്ങളും പ്രാധാന്യത്തോടെ പ്രസിദ്ധീകരിച്ചു. വിദേശപത്രങ്ങളടക്കം ചിലർ മുഖപ്രസംഗങ്ങളും എഴുതി. രാജാരവിവർമ്മ യുടെ കലാജീവിതത്തെക്കുറിച്ചും രചനയിലെ പ്രത്യേകതകളെക്കുറിച്ചും ദിവസങ്ങളോളം ലേഖനങ്ങൾ പ്രസിദ്ധീകരിച്ചു. നിരവധി രാജ്യങ്ങളിൽ നിന്ന് ഭരണാധികാരികളും ഉദ്യോഗസ്ഥപ്രമുഖരും വിദേശ കലാകാര ന്മാരും അനുശോചനസന്ദേശങ്ങൾ അയച്ചുകൊണ്ടിരുന്നു. കമ്പിസന്ദേ ശങ്ങളുടെ നിലക്കാത്ത പ്രവാഹമായിരുന്നു ദിവസങ്ങളോളം.

10

രാജാരവിവർമ്മയും അനുജൻ രാജരാജവർമ്മയും

രാജാരവിവർമ്മയുടെ ജീവിതവും കലയും വിശദമാക്കുമ്പോൾ ഒപ്പം ചേർത്തുവായിക്കേണ്ട പേരാണ് അനുജൻ രാജരാജവർമ്മയുടേത്. എങ്കിൽ മാത്രമേ രാജാരവിവർമ്മയുടെ ജീവചരിത്രം പൂർണ്ണമാവുകയു ള്ളു. ചിത്രകലയിൽ തന്റേതായ ശൈലി സ്വരൂപിച്ചുകൊണ്ട് രവിവർമ്മ യോടൊപ്പം സഞ്ചരിച്ച ചിത്രകാരനായിരുന്നു രാജരാജവർമ്മ. അതിലു പരി രാജരാജവർമ്മയുടെ ഡയറിക്കുറിപ്പുകളിലൂടെയാണ് രവിവർമ്മയുടെ കലയും ജീവിതവും വെളിവാകുന്ന ജീവിതയാത്രകളും നേരിട്ട വെല്ലു വിളികളും പ്രതിസന്ധികളും അംഗീകാരങ്ങളുമൊക്കെ തലമുറകളിലേക്ക് പകരാൻ സഹായകമായത്. ഈ ഡയറിക്കുറിപ്പുകളിൽ നിന്ന് ശേഖരിച്ച വിവരങ്ങളും കൊട്ടാരം രേഖകളിൽ നിന്നുള്ള ചുരുക്കം വിവരങ്ങളും ചേർത്തുകൊണ്ടാണ് രാജാരവിവർമ്മയുടെ ജീവചരിത്രം പലരും രചി ച്ചിട്ടുള്ളത്- ചിത്രങ്ങൾക്കപ്പുറമുള്ള രാജാരവിവർമ്മയെ നാമറിയുന്നത്. തന്റെ കലാജീവിതത്തിലെ എല്ലാ ഉയർച്ചക്കും സഹായകമായത് അനു ജൻ രാജരാജവർമ്മയാണന്ന് രാജാരവിവർമ്മ സൂചിപ്പിച്ചിട്ടുണ്ട്.

ജന്മസിദ്ധമായി ചിത്രകലാഭിരുചിയുണ്ടായിരുന്ന രാജരാജവർമ്മ ജ്യേഷ്ഠനിൽ നിന്നാണ് ചിത്രകലയുടെ ബാലപാഠങ്ങൾ വശമാക്കിയത്. രാജാരവിവർമ്മയോടൊപ്പം നിഴലായി ജീവിതാവസാനം വരെ ഒപ്പമുണ്ടാ യിരുന്ന രാജരാജവർമ്മ (1860- ഏപ്രിൽ 4 ന് ജനനം- 44-ാം വയസ്സിൽ മരണം) രാജരാജവർമ്മയുടെ വേർപാടോടെയാണ് രാജാരവിവർമ്മ മാന സികമായും ശാരീരികമായും തളർന്നതും അവശനായതും. പിന്നീട് രണ്ടു വർഷക്കാലമാണ് അദ്ദേഹം ജീവിച്ചിരുന്നത്.

രാജരാജവർമ്മയുടെ ചിത്രങ്ങളിൽ ഏറെ ശ്രദ്ധേയമായവ പ്രകൃതി

ദൃശ്യങ്ങളാണ്. രാജാരവിവർമ്മയെപ്പോലും അത്ഭുതപ്പെടുത്തിയ പ്രകൃതി ദൃശ്യരചനകളായിരുന്നു ഇവ. രാജാരവിവർമ്മ വരച്ച ചില ചിത്രങ്ങളുടെ പശ്ചാത്തല പ്രകൃതി ദൃശ്യങ്ങൾ വരച്ചിട്ടുള്ളത് രാജരാജവർമ്മയാണെന്ന് രേഖപ്പെടുത്തിയിട്ടുണ്ട്. സഞ്ചാരിയായ രാജാരവിവർമ്മ വിവിധ നാട്ടുരാ ജ്യങ്ങളും സംസ്ഥാനങ്ങളും സന്ദർശിക്കുമ്പോഴുള്ള സൗഹൃദങ്ങൾ, ബഹുമതികൾ, അംഗീകാരങ്ങൾ, അക്കാലത്തെ രചനാസങ്കേതരീതികൾ തുടങ്ങിയ വിജ്ഞാനപ്രദമായ/ഗവേഷണപരമായ പലവിവരങ്ങളും ഈ ഡയറിക്കുറിപ്പുകൾ സമ്മാനിച്ചിട്ടുണ്ട്. ചിത്രകലയിൽ ജ്യേഷ്ഠനോളം പ്രാവീണ്യമുണ്ടായിരുന്ന രാജരാജവർമ്മ പ്രകൃതിദൃശ്യരചനകളിൽ മികച്ച രചനാപാടവം കാഴ്ചവച്ചിട്ടുണ്ട്. പ്രകൃതിദൃശ്യങ്ങൾ വരയ്ക്കുന്നതിൽ സമർത്ഥനായിരുന്ന അദ്ദേഹം ഭാരതത്തിലെ ആദ്യത്തെ ലാന്റ് സ്കേപ്പ് ചിത്രകാരൻ (Landscape artist) എന്നും അറിയപ്പെടുന്നു. ഭാരത യാത്ര കളിൽ പ്രകൃതിദൃശ്യരചനയ്ക്കുള്ള രൂപങ്ങൾ സ്വരൂപിക്കുന്നതോടൊപ്പം ഓരോ നാട്ടിലെയും ചരിത്രവും പാരമ്പര്യവും പ്രത്യേകതകളും ചരിത്ര വസ്തുക്കളും പഠിച്ച് ഗവേഷണാത്മകമായിട്ടുള്ള കുറിപ്പുകളും തയ്യാറാ ക്കിയിട്ടുണ്ട് പ്രകൃതിയുടെ സൗന്ദര്യശാസ്ത്രചിന്തകൾ പുസ്തകമായും പ്രസിദ്ധപ്പെടുത്തി. അങ്ങനെ മികച്ച ചിത്രകാരൻ, ഇംഗ്ലീഷ് ഭാഷയിലും സാഹിത്യത്തിലും പണ്ഡിതൻ, ലേഖകൻ, സംഗീതജ്ഞൻ, സഞ്ചാരസാ ഹിത്യകാരൻ, ചരിത്രഗവേഷകൻ എന്നീ നിലകളിൽ വൈവിദ്ധ്യമാർന്ന മേഖലകളിൽ ശ്രദ്ധേയനായിരുന്നു രാജരാജവർമ്മ.

രാജരാജവർമ്മ നടത്തിയിട്ടുള്ള ഭാരതയാത്രകളുടെ പൂർണ്ണമായ അവതരണമാണ് *ടൂർ ഇൻ അപ്പർ ഇന്ത്യ* എന്ന പുസ്തകം. ഇംഗ്ലീഷിൽ രചന പൂർത്തിയാക്കിയ ഈ ഗ്രന്ഥം ഭാരതത്തിലെ വൈവിധ്യമാർന്ന ജനതയുടെ ജീവിതം മാത്രമല്ല അക്കാല ജനതയുടെ ചരിത്രത്തി ലൂടെയുള്ള യഥാതഥമായ സഞ്ചാരം കൂടിയാണ്. സാമൂഹ്യപരി ഷ്കർത്താവിന്റെ ചിന്തകളായും ചിലഭാഗങ്ങളിൽ നമുക്ക് ദർശിക്കാനാ വും. സംഗീതകലയിലും തല്പരനായിരുന്നു രാജരാജവർമ്മ. കീർത്തന ങ്ങൾ, ശ്ലോകങ്ങൾ, ഇവ സംഗീതാത്മകമായി ചൊല്ലുവാനും അന്യഭാഷാ കീർത്തനങ്ങൾ അവിടത്തെ ഗായകരിൽ നിന്ന് സ്വായത്തമാക്കുവാനും രാജരാജവർമ്മ ശ്രമിച്ചിരുന്നു. ജ്യേഷ്ഠനോടൊപ്പം മറ്റ് രാജ്യങ്ങളിൽ അതി ഥിയായി താമസിക്കുമ്പോഴാണ് പല അന്യഭാഷാ കീർത്തനങ്ങളും പഠി ച്ചത്. മടങ്ങി നാട്ടിലെത്തുമ്പോൾ അവ കുടുംബാംഗങ്ങളെ പാടി കേൾപ്പി ക്കുകയും അതവരെ പഠിപ്പിക്കുകയും ചെയ്തിരുന്നു. ഒട്ടനവധി വൈവി ധ്യമാർന്ന സംഗീതോപകരണങ്ങൾ കിളിമാനൂർ കൊട്ടാരത്തിൽ വാങ്ങി സൂക്ഷിക്കുകയും കുടുംബത്തിലെ കുട്ടികളെ അവ പരിശീലിപ്പിക്കുകയും ചെയ്യാൻ രാജരാജവർമ്മ ശ്രദ്ധിച്ചിട്ടുണ്ട്.

ഒരുപരിധിവരെ കുടുംബബന്ധങ്ങളെക്കാൾ രാജരാജവർമ്മ തന്റെ ജീവിതം സമർപ്പിച്ചത് ജ്യേഷ്ഠനോടൊപ്പമുള്ള കലാജീവിതത്തിനായി

രുന്നു. രാജരാജവർമ്മ വരച്ച ചിത്രങ്ങളിൽ *ഉദയപൂർകൊട്ടാരം, പത്മനാ ഭസ്വാമി ക്ഷേത്രം, ഹിമാലയം, വിളവെടുപ്പ്, കടൽക്കരയിൽ വിശ്രമം, കുളത്തിൽ കരയിൽ, ഗ്രാമീണ തടാകം, കർലിനദി, ഒരു പാഴ്സി വനിത* എന്നിവ വളരെ പ്രശസ്തങ്ങളാണ്. ഉദയ്പൂർ പ്രകൃതിദൃശ്യങ്ങൾക്കായി വരച്ച രേഖാചിത്രങ്ങളുടെ പരമ്പരയും ശ്രദ്ധേയമാണ്. തിരുവനന്തപുരം ശ്രീചിത്ര ആർട്ട് ഗ്യാലറി, മദ്രാസ്, പൂന, ബോംബെ, ബറോഡ എന്നീ സ്ഥലങ്ങളിലെ ഗ്യാലറികളിലും മറ്റനവധി സ്വകാര്യശേഖരങ്ങളിലും രാജ രാജവർമ്മയുടെ ചിത്രങ്ങൾ സൂക്ഷിച്ചിട്ടുണ്ട്.

രാജരവിവർമ്മ സ്ഥാപിച്ച ലിത്തോപ്രസിന്റെ നടത്തിപ്പുമായി ബന്ധ പ്പെട്ട് ഏറ്റവുമധികം മാനസികവ്യഥ അനുഭവിച്ചത് രാജരാജവർമ്മയായി രുന്നു. പ്രസിലെ കൂട്ടുപങ്കാളിയുടെ അനാവശ്യമായ ഇടപെടലുകളും വർദ്ധിച്ചുകൊണ്ടിരുന്ന പ്രസിലെ കടവും (ഒരു ലക്ഷം രൂപ) ഒരുപരിധി വരെ ജ്യേഷ്ഠനെ അറിയിക്കാതിരിക്കാൻ രാജരാജവർമ്മ ശ്രദ്ധിച്ചിരുന്നു. ജ്യേഷ്ഠന്റെ മനസ്സ് വിഷമിക്കുമെന്നും കലാസപര്യയെ അതു ബാധി ക്കുമെന്നതിനാലുമാണ് രാജരാജവർമ്മ ഇക്കാര്യങ്ങൾ ജ്യേഷ്ഠനെ അറി യിക്കാതിരുന്നത്. ഇതെക്കുറിച്ച് അദ്ദേഹത്തിന്റെ ഡയറിക്കുറിപ്പിലെ ഒരു ഭാഗം:

> നാഷണൽ ബാങ്കിൽ നിന്ന് ഇന്ന് കുറച്ചുരൂപ കിട്ടി. ഈ രൂപ ജ്യേഷ്ഠന്റെ കടം വീടുന്നതിന് വേണ്ടി ഉപയോഗിക്കുന്നു. ദൈവ ത്തിന് നന്ദി. അദ്ദേഹത്തിന്റെ കടം 8000 രൂപയിൽ നിന്ന് നാലോ അഞ്ചോ ആയിരമായി കുറഞ്ഞിട്ടുണ്ട്. പെയിന്റിങ്ങിൽ നിന്ന് ലഭിച്ച രൂപമാത്രം സ്വരൂപിച്ചു വച്ചിരുന്നെങ്കിൽ ജ്യേഷ്ഠൻ ഏറ്റവും വലിയ പണക്കാരിൽ ഒരാളാകുമായിരുന്നു.

പ്രസിന്റെ ധനസ്ഥിതി പരിഹരിക്കാൻ പൂനെയിലും ബോംബെയി ലുമുള്ള വ്യവസായ പ്രമുഖരെയും സുഹൃത്തുക്കളെയും സമീപിച്ചപ്പോൾ മനസ്സിനേറ്റ മുറിവുകളും രാജരാജവർമ്മ തന്റെ ഡയറിക്കുറിപ്പിൽ വിശദ മാക്കുന്നുണ്ട്. "എല്ലാം ജ്യേഷ്ഠനുവേണ്ടിയും കലയ്ക്കു വേണ്ടിയും മാത്ര മായിരുന്നു." സ്വന്തം ജീവിതത്തിനപ്പുറമുള്ള ജ്യേഷ്ഠനോടുള്ള സ്നേഹ വായ്പ് ഡയറിക്കുറിപ്പുകളിൽ ഉടനീളം കാണാം. വ്യക്തിപരമായ നേട്ട ങ്ങൾക്കപ്പുറമായിരുന്നു ഈ സ്നേഹാദരം. സ്വന്തം കുടുംബജീവിതവും ഭാര്യയുടെ വിരഹവേദന പോലും അദ്ദേഹത്തിന്റെ മനസ്സിൽ വേണ്ടത്ര സ്ഥാനം പിടിച്ചിരുന്നില്ലെന്നു വേണം കരുതാൻ.

അനേകം ചിത്രപ്രദർശനങ്ങളിൽ മികച്ച ചിത്രരചനയ്ക്കുള്ള ബഹു മതികൾ രാജരാജവർമ്മയ്ക്ക് ലഭിച്ചിട്ടുണ്ട്. രാജാരവിവർമ്മ അവസാനം ചെയ്ത ചിത്രങ്ങളിൽ രവിവർമ്മയുടെ പേരിനൊപ്പം രാജരാജവർമ്മയുടെ പേരും ചേർത്തിട്ടുള്ളത് കാണാം.

രവിവർമ്മയുടെ അഞ്ചു സഹോദരങ്ങളിൽ ചിത്രകലാരംഗത്ത്

ശേഷം പ്രവർത്തിക്കുകയും പ്രശസ്തനാവുകയും ചെയ്തത് അനുജൻ രാജരാജവർമ്മയയാണ്. മറ്റൊരാൾ സഹോദരി മംഗളാഭായി തമ്പുരാട്ടി യാണ്. ചിത്രകലയിൽ നൈപുണ്യം നേടിയിട്ടുള്ള ഇവർ രാജാരവിവർമ്മ യുടെ ച്ഛായാചിത്രമടക്കം നിരവധി ചിത്രങ്ങൾ വരച്ചിട്ടുണ്ട്.

രാജാരവിവർമ്മയ്ക്ക് അഞ്ചുമക്കളാണ് ഉണ്ടായിരുന്നത്. മൂന്നു പെൺമക്കളും രണ്ട് ആൺമക്കളും. മൂത്തമകൾ റീജന്റ് മഹാറാണിയുടെ മാതാവാകാൻ ഭാഗ്യമുണ്ടായ മഹാപ്രഭ. രണ്ടാമൻ ആൺമക്കളിൽ മൂത്തവനായ കേരളവർമ്മയായിരുന്നു. അലസനും ധൂർത്തനും പല ദുസ്വ ഭാവങ്ങൾക്കും അടിമയുമായിരുന്ന അദ്ദേഹം ചെറുപ്പത്തിലേ അന്തരിച്ചു. മൂന്നാമത്തെ പുത്രിയാണ് അമ്മ മഹാറാണിയുടെ മാതാവായത്. ചിത്ര കലാരംഗത്ത് അച്ഛന്റെ പാത പിൻതുടർന്ന രാമവർമ്മയായിരുന്നു നാലാ മത്തെ മകൻ. ആയില്യം തിരുനാൾ തമ്പുരാട്ടി എന്നറിയപ്പെട്ടു അഞ്ചാ മത്തെ മകൾ. അവരിൽ ചിത്രകലാ രംഗത്ത് ശ്രദ്ധേയനായത് നാലാ മത്തെ മകനായ രാമവർമ്മയായിരുന്നു. രാജാരവിവർമ്മയുടെ പേരിൽ മാവേലിക്കരയിൽ ഒരു ചിത്രകലാവിദ്യാലയം സ്ഥാപിച്ചതും അദ്ദേഹ മാണ്. അതേക്കുറച്ച് രവിവർമ്മ ഇങ്ങനെ സൂചിപ്പിക്കുന്നു.

> ചിത്രകലാ രംഗത്തുണ്ടാകുന്ന മാറ്റങ്ങളും പരീക്ഷണങ്ങളും പരി ശോധിച്ചറിയാൻ കഴിയുന്ന സ്ഥാപനങ്ങളുണ്ടാകണമെന്നും അത്തരം കേന്ദ്രങ്ങളിലൂടെ പുതിയ ചിത്രകാരന്മാർ വളർന്ന് വര ണമെന്നും അച്ഛൻ ആഗ്രഹിച്ചിരുന്നു. ലോകത്തുണ്ടായിട്ടുള്ള എല്ലാ വിധ സങ്കേതങ്ങളും അനുസരിച്ച് രചിച്ചിട്ടുള്ള ചിത്രങ്ങൾ കിട്ടാ വുന്നിടത്തോളം ശേഖരിക്കുവാൻ ആ സ്ഥാപനത്തിന് കഴിയണ മെന്നും അച്ഛൻ ആഗ്രഹിച്ചിരുന്നു. ആ ആഗ്രഹത്തിന്റെ എളിയ പൂർത്തീകരണത്തിനാണ് ഞാൻ മാവേലിക്കര സ്കൂൾ ഓഫ് ആർട്സ് എന്ന ചിത്രകലാ വിദ്യാലയം ആരംഭിച്ചത്.

രാജാരവിവർമ്മയിലെ കലാകാരനെ ഭാവിതലമുറ അറിയുന്നതോ ടൊപ്പം ചിത്രകലാരംഗത്തെ രൂപപരിണാമങ്ങളെക്കുറിച്ച് അറിയാനും പഠി ക്കാനും പുതിയ സങ്കേതങ്ങളിലൂടെ രചനകൾ നടത്താനും കലാസ്ഥാ പനങ്ങളുടെ ആവശ്യകത മനസ്സിലാക്കാനുമാണ് രാമവർമ്മ മാവേലിക്ക രയിലെ പെയിന്റിങ് സ്കൂൾ ആരംഭിക്കുന്നത്. ഇപ്പോൾ പ്രസ്തുത സ്ഥാപനം കോളേജാക്കി ഉയർത്തി. പാഠ്യപദ്ധതികളും പരിഷ്കരിച്ചു.

പണം സ്വരൂപിക്കുന്നതിലോ സൂക്ഷിക്കുന്നതിലോ രാജാരവിവർമ്മ താല്പര്യം കാണിച്ചിരുന്നില്ല. മാത്രമല്ല, മറിച്ച് കൈയ്യിലുള്ള പണം അന്യരെ സഹായിക്കാനാണ് ഉപയോഗിച്ചിരുന്നതെന്നും മകൻ രാമവർമ്മ അനുസ്മരിപ്പിക്കുന്നു:

> അച്ഛൻ വളരെ ദാനശീലനാണ്. പല ആളുകൾക്കും തന്നാൽകഴിയുന്ന

സഹായങ്ങൾ ചെയ്തുകൊടുക്കാൻ ഉത്സാഹം കാട്ടാറുണ്ട്. ചില സമയങ്ങളിൽ കടം വാങ്ങിയും സഹായങ്ങൾ ചെയ്തിരുന്നതായി എനിക്കറിയാം.

കിളിമാനൂർ കൊട്ടാരത്തിലെ രവിവർമ്മയുടെ കുടുംബത്തിൽ നിര വധി പിൻമുറക്കാർ ചിത്രരചനയിൽ കഴിവ് പ്രകടമാക്കിയിട്ടുണ്ടെന്നുള്ളത് അഭിമാനകരമാണ്. കിളിമാനൂരിൽ രാജാരവിവർമ്മയുടെ ഓർമ്മയ്ക്ക് രാജാരവിവർമ്മ മെമ്മോറിയൽ ഹൈസ്കൂൾ സ്ഥാപിച്ചത് മംഗളാഭായി തമ്പുരാട്ടിയുടെ മകൻ ചിത്രകാരനായ കെ ആർ രവിവർമ്മയാണ്. അമ്മാവന്റെ ശിക്ഷണത്തിലാണ് കെ ആർ രവിവർമ്മ ചിത്രകലാപഠനം നടത്തിയത്. രാജാരവിവർമ്മയുടെ രചനാശൈലി കിട്ടിയിട്ടുള്ള പ്രധാനശിഷ്യനാണ് മുകുന്ദൻ തമ്പി. പിന്നീടദ്ദേഹം കൊട്ടാരം ചിത്രകാരനാവുകയും നിരവധി ചിത്രങ്ങളിലൂടെ തെക്കെ ഇന്ത്യയിൽ പ്രശസ്തനാവുകയും ചെയ്തു.

ചിത്രരചനയുടെ ഇടവേളകളിൽ വായനയോടൊപ്പം കവിതാരച നയ്ക്കും രവിവർമ്മ സമയം കണ്ടെത്തിയിരുന്നു. സംസ്കൃതത്തിലുള്ള പാണ്ഡിത്യവും കുടുംബപശ്ചാത്തലവുമാവണം അദ്ദേഹത്തിന്റെ മനസ്സിൽ കവിതയുടെ വിത്തുപാകിയത്. യാത്രകൾക്കിടയിൽ സ്കെച്ചുകൾ തയ്യാ റാക്കുന്നതോടൊപ്പം അദ്ദേഹം കവിതകളും എഴുതിയിരുന്നു. മികച്ച കവി തകൾ പലതും സൂക്ഷിക്കപ്പെട്ടിട്ടില്ല. പ്രകൃതിയെ സംബന്ധിച്ചും പുരാ ണകഥകളെ ആസ്പദമാക്കിയുമുള്ള കവിതകളായിരുന്നു അധികവും. ഉദാഹരണമായി ഒരു പ്രകൃതിവർണ്ണന നോക്കൂ.

ചുതചമ്പകതമാല മഞ്ജുള കദംബജാല വിലാസത്താടാ-
ചക്രവാക കളഹംസ സാരസപികാളി ഗീതി മുഖരീകൃതാ
ചന്ദ്രകാന്ത ദൃഷ ഭദ്രപാദലും ദച്ഛതോയബഹള ഹ്രദാ
നർമ്മദാ ജയതി ശർമ്മദാ ജഗതിയോഗീ നാമപി ച കാമിനാം"
ഹരിദ്വാരിലെ പ്രകൃതി ഭംഗിയുടെ ആസ്വാദനം ചിത്രത്തിൽ മാത്ര
മല്ല അക്ഷരങ്ങളിലൂടെയും രവിവർമ്മ പകർത്തിയിരിക്കുന്നു.

ഗച്ഛത്വ മുത്തരം ദേശം
ഹരിദ്വാരം വിശേഷതഃ
യത്രദൈവധുനീ പുണ്യോാ
ഭുവം വിശതി കുണ്ഠിതാ
തു ഷിനാമതി ദുഷ്ക്കര:
മഹാദുർഘടയാനേപി
മാനസ, ത്വം നിർഗള:
പുരാണാഖ്യാനങ്ങളുടെ മുഹൂർത്തങ്ങൾ ചിത്രതലത്തിലേക്കാവഹി ച്ചതിനുശേഷം വരച്ച ചിത്രം കാണുമ്പോൾ ചിത്രകാരന്റെ മനസ്സിൽ തെളി യുന്ന കവിതകളും നിരവധിയാണ്. ശ്രീപാർവ്വതിയുടെ വേടവേഷത്തി ലുള്ള ചിത്രം വരച്ചശേഷം അദ്ദേഹം ഇങ്ങനെ എഴുതിയത്.

"മുക്താ വിദ്രുമ മാലകൾക്കു പകരം
ഗുഞ്ജാവലീ പിലിയാ
ണുത്തംസം കരകങ്കണങ്ങൾ മുഴുവൻ
ശംഖാണഹോ കേവലം
പുത്തൻ പട്ടിനു നല്ല പല്ലവഗണം
കൈരാതിയായ്ത്തീരുവാനൊത്തോ?
ശൈലസൂതയ്ക്കിതൊക്കെയറിവാ-
നെൻ കണ്മിനത്യാഗ്രഹം

ധാരാളം വിമർശനങ്ങളും രാജാരവിവർമ്മയുടെ കലയ്ക്ക് നേരിടേ
ണ്ടിവന്നിട്ടുണ്ട്. 1905 ൽ ബ്രിട്ടീഷുകാർക്കെതിരെ സ്വദേശി പ്രസ്ഥാനം
സജീവമായതോടെ കലാരംഗത്തും അതിന്റെ അലയടികളുണ്ടായി,
പ്രത്യേകിച്ച് ചിത്രകലയിൽ. എണ്ണച്ചായമുൾപ്പെടെയുള്ള പാശ്ചാത്യ
ശൈലീചിത്രങ്ങൾ ഉപേക്ഷിക്കണമെന്ന കാഴ്ചപ്പാട് ഉയർന്ന സാഹച
ര്യത്തിൽ രവിവർമ്മാ ചിത്രങ്ങൾ വിമർശിക്കപ്പെട്ടിരുന്നു. പരമ്പരാഗതവാ
സ്തുശില്പകലയിലും ചിത്രശില്പകലാസങ്കേതങ്ങളിലും പാണ്ഡിത്യ
മുള്ള ഇ ബി ഹാവേലും ആനന്ദരകുമാരസ്വാമിയും രാജാരവിവർമ്മയെ
പാശ്ചാത്യ ശൈലിയുടെ പ്രചാരകനായും വിഷയങ്ങളെ ഉപരിപ്ലവമായി
മാത്രം അവതരിപ്പിക്കുകയയും ചെയ്യുന്ന ചിത്രകാരനായുമാണ് കണ്ടിരു
ന്നത്. അക്കാലത്ത് രൂപപ്പെട്ട ബംഗാൾ സ്കൂളിന്റെ കാഴ്ചപ്പാടുകളും
ഈ വിമർശനങ്ങൾക്ക് ശക്തിപകർന്നു. എന്നാൽ യഥാതഥമായ ശൈലി
യിലൂടെ രവിവർമ്മ സൃഷ്ടിച്ച ലാവണ്യസംസ്കാരവും ചിത്രകലയെ
സാമാന്യജനങ്ങളുടെ കലയാക്കി മാറ്റിയതിന്റെ പൊരുളും, അന്നത്തെ
കാലഘട്ടവും ഭാരതീയ കലാസങ്കേതങ്ങളിലെ പരിമിതിയും അവർ
വേണ്ടത്ര മനസ്സിലാക്കാതെയുമാണ് രാജാ രവിവർമ്മക്കെതിരെ അഭി
പ്രായം പറയുന്നതെന്ന വാദവും നിലനില്ക്കുന്നുണ്ട്. രവിവർമ്മചിത്ര
ങ്ങൾക്കു നേരെ വിമർശനാത്മകമായ ഇടപെടലുകൾ പലപ്പോഴും ഉണ്ടാ
യിട്ടുണ്ടെങ്കിലും രവിവർമ്മചിത്രങ്ങൾ എക്കാലത്തെയും യാഥാർത്ഥ്യ
ത്തിന്റെ ചിത്രഭാഷയാണെന്നും അവ ഇന്ത്യൻ ദേശീയതയ്ക്കുള്ള കരുത്തു
പകർന്നവയുമാണെന്നുമുള്ള മറുവാക്കിനാണ് പ്രസക്തി ഏറുന്നത്.

ഇന്ത്യയിലും നിരവധി വിദേശരാജ്യങ്ങളിലെ സ്വകാര്യ ശേഖരങ്ങ
ളിലും രാജാരവിവർമ്മയുടെ ചിത്രങ്ങൾ സൂക്ഷിക്കുന്നു. ഏറ്റവുമധികം
ചിത്രങ്ങൾ പ്രദർശിപ്പിച്ചിട്ടുള്ളത് (43 എണ്ണം) തിരുവനന്തപുരം ശ്രീചിത്രാ
ആർട്ട് ഗ്യാലറിയിലാണ്. തിരുവനന്തപുരം കവടിയാർ, കിളിമാനൂർ കൊട്ടാ
രങ്ങൾ, നാഷണൽ ആർട്ട് ഗ്യാലറി, മദ്രാസ് ഗവൺമെന്റ് മ്യൂസിയം ചെന്നൈ,
ജഗ്മോഹൻ പാലസ്, മൈസൂർ, മൈസൂർ ലക്ഷ്മിവിലാസം കൊട്ടാരം,
മഹാരാജ ഫത്തേസിങ് മ്യൂസിയം വഡോദര, സാരാഭായി ഫൗണ്ടേഷൻ
അഹമ്മദാബാദ്, സലാർജ്ജ് മ്യൂസിയം ഹൈദരാബാദ്, ബിർല അക്കാദമി
കൽക്കത്ത, വിക്ടോറിയ മെമ്മോറിയൽ ഹാൾ കൽക്കത്ത, നാഷണൽ

ഗ്യാലറി ഓഫ് മോഡേൺ ആർട്ട് ന്യൂഡൽഹി, ആർട്ട് ഗ്യാലറി ദില്ലി തുട
ങ്ങിയവ സ്ഥലങ്ങളിലും മറ്റനവധി സ്വകാര്യശേഖരങ്ങളിലും രാജാരവി
വർമ്മയുടെ ചിത്രങ്ങൾ സൂക്ഷിക്കുന്നു, സംരക്ഷിക്കപ്പെടുന്നു. തിരുവന
ന്തപുരം ശ്രീചിത്രാലയത്തിലെ അമൂല്യങ്ങളായ രവിവർമ്മ ചിത്രങ്ങൾ
പലതും കാലപ്പഴക്കത്താലും, കാലാവസ്ഥാ മാറ്റങ്ങൾക്കനുസൃതമായു
മുണ്ടാകുന്ന രാസപ്രക്രിയയിലും നിറങ്ങൾക്ക് മങ്ങലേല്ക്കുകയും കേടു
പാടുകൾ സംഭവിക്കുകയും ചെയ്തുതുടങ്ങിയിരുന്നു. ശാസ്ത്രീയമായി
അവ സംരക്ഷിക്കുന്നതിനുള്ള നടപടികൾ സ്വീകരിക്കുകയും അതുവഴി
ചിത്രങ്ങളുടെ തനിമ നിലനിർത്തുവാനും കഴിഞ്ഞിട്ടുണ്ട്.

11

എണ്ണച്ചായത്തിന്റെ കുലപതി

ഭാരതീയ ചിത്രകലയിൽ പുതുമയാർന്ന അവതരണത്തോടെ യാഥാർത്ഥ്യപ്രതീതി സൃഷ്ടിച്ചുകൊണ്ടാണ് ജലച്ചായരചനകളേക്കാൾ എണ്ണച്ചായ (oil paint) രചനകൾ ആസ്വാദകരിൽ വേറിട്ട അനുഭവമായി വളർന്നുവന്നത്. കൂടുതൽ ചിത്രകാരന്മാർ എണ്ണച്ചായരചനാസങ്കേതം സ്വീകരിക്കുകയും ചെയ്തു. ജലച്ചായരചനകളേക്കാൾ ഏതു വസ്തുവി ന്റെയും രൂപഘടനയ്ക്ക് പൂർണ്ണതയും യഥാതഥമായ ഭാവവും ശക്ത മായി അവതരിപ്പിക്കാൻ എണ്ണച്ചായത്തിന് കഴിയുമെന്ന് ചിത്രകാരന്മാർ തെളിയിച്ചു. പ്രകൃതിയുടെ ദൃശ്യചാരുതകൾ, പകലിന്റെയും രാത്രിയു ടെയും ദൃശ്യവ്യതിയാനങ്ങൾ, പ്രകൃതിയുടെ അത്ഭുതാവഹമായ മനോ ഹരകാഴ്ചകൾ, മനുഷ്യരൂപങ്ങൾ ഇവയൊക്കെച്ചേർന്ന ദൃശ്യയാ ഥാർത്ഥ്യത്തെ എണ്ണച്ചായത്തിലൂടെ പാശ്ചാത്യ ചിത്രകാരന്മാർ വ്യക്ത മായി കാണിച്ചുതന്നപ്പോൾ ഭാരതത്തിലെ മിക്ക ചിത്രകാരന്മാരും ആ വഴിക്ക് സഞ്ചരിക്കാൻ തുടങ്ങി. അക്കാലത്താണ് 'രചനാസങ്കേതം മാത്രം' സ്വീകരിച്ചുകൊണ്ട് വേറിട്ട ശൈലിയുമായി എണ്ണച്ചായത്തിൽ രവിവർമ്മ ബ്രഷ് ചലിപ്പിച്ചു തുടങ്ങിയത്. ഛായാചിത്രങ്ങൾ, പുരാണേതിഹാസ കഥാ ചിത്രങ്ങൾ, വിഷയാധിഷ്ഠിത ചിത്രങ്ങൾ, ഭൂഭാഗ ചിത്രങ്ങൾ തുടങ്ങിയ വിഭാഗങ്ങളിലൂടെ നൂറുകണക്കിന് എണ്ണച്ചായച്ചിത്രങ്ങൾ രവിവർമ്മ വര യ്ക്കുകയുണ്ടായി. ഇവയുടെ നിറക്കൂട്ടുകളിലെ പ്രത്യേകത, രൂപനിർമ്മി തിയിലേക്ക് അവയുടെ പ്രയോഗരീതി, നിഴലിന്റെയും വെളിച്ചത്തിന്റെയും അവതരണം എന്നിവയെക്കുറിച്ച് കുറച്ചുകൂടി അടുത്തറിയാനാണ് ഈ അനുബന്ധക്കുറിപ്പ്.

ഭാരതീയ ചിത്രകലയിൽ ആധുനികമായ ചിത്രസംസ്കാരം പ്രദാനം ചെയ്ത ചിത്രകാരനായിരുന്നല്ലോ രാജാരവിവർമ്മ. ഭാരതമെന്ന സംസ്കാ

രത്തിന്റെ/പാരമ്പര്യത്തിന്റെ സൃഷ്ടികളായ പുരാണേതിഹാസങ്ങൾ, തത്ത്വചിന്ത, സംസ്കൃതികാവ്യങ്ങൾ, അനുഷ്ഠാനകലകൾ എന്നിവയി ലൂടെ വളർന്ന ചിത്രസംസ്കാരമാണ് രവിവർമ്മയുടെ കാൻവാസുകളെ സമ്പന്നമാക്കിയത്. ഇതിഹാസങ്ങളിലേക്കും പുരാണങ്ങളിലേക്കും ജീവൻ തുടിക്കുന്ന രൂപമാതൃകകളാണ് അദ്ദേഹം തന്റെ ചിത്രകലകളിൽ ആവി ഷ്ക്കരിച്ചത്. അക്കാലകലയിലെ വ്യത്യസ്തമായ ഈ കാഴ്ചപ്പാടാണ് അന്തർ ദേശീയതലത്തിൽ അദ്ദേഹത്തെ ശ്രദ്ധേയനാക്കിയതും തനതായ സൗന്ദര്യശാസ്ത്രപരമായ രചനകൾ ആസ്വാദകർക്ക് സമ്മാനിക്കാനായ തും. സാഹിത്യവും ദൃശ്യകലയും തമ്മിലുള്ള ഇഴചേരലാണ് രവിവർമ്മ ചിത്രങ്ങളുടെ മറ്റൊരു സവിശേഷത. അനുഷ്ഠാനകലാരൂപങ്ങളിലും കൃഷ്ണനാട്ടം, കഥകളി, കൂടിയാട്ടം തുടങ്ങിയ രംഗകലകളിലും അതി ഭാവുകത്വവും വർണ്ണപ്പകിട്ടും കണ്ടുശീലിച്ച ആസ്വാദകർക്കിടയിലാണ് പുരാണകഥാചിത്രങ്ങൾ യഥാതഥമായി സാധാരണ മനുഷ്യർക്കിടയിൽ നിന്ന് രവിവർമ്മ നുള്ളിയെടുത്തവതരിപ്പിച്ചത്.

ശീർഷകവും ചിത്രവും തമ്മിലിഴചേരുന്ന യാഥാർത്ഥ്യത്തിന്റെ ആ കാഴ്ച ആസ്വാദകർ സ്വീകരിക്കുകയും ചെയ്യുന്നു. അക്ഷരങ്ങളി ലൂടെയുള്ള വായനയിൽ നിന്നാണ് ചിത്രഭാഷയുടെ വായനയിലേക്ക് ആസ്വാദകർ കടക്കുന്നത് എന്ന് സാരം. ഈ സഞ്ചാരത്തിനിടയ്ക്കാണ് ചിത്രതലത്തിലെ ആസ്വാദനഘടകങ്ങളുമായി ആസ്വാദകർ ചങ്ങാത്ത ത്തിലാകുന്നതും ആസ്വാദനത്തിന്റെ വൈകാരികതലം പൂർണ്ണതയിലെ ത്തുന്നതും.

രാജാരവിവർമ്മയുടെ കലയിലെ മുഖ്യഘടകം നിഴലും വെളിച്ചത്തി ന്റെയും പ്രത്യേകതയാണ്. പാശ്ചാത്യ സ്വാധീനം ഉപയോഗപ്പെടുത്തി യിരുന്ന അക്കാല ഭാരതീയ കലാകാരന്മാരിൽനിന്ന് തീർത്തും വ്യത്യ സ്തമായ അവതരണമായിരുന്നു രവിവർമ്മയുടേത്. രവിവർമ്മയ്ക്ക് മുമ്പുള്ള കലയിൽ നിഴലിന്റെയും വെളിച്ചത്തിന്റെയും ഇഴചേരൽ അപൂർവ്വമായാണ് നാം കാണുന്നത്. പരന്ന (Flat) പ്രതലരീതിയിലുള്ള (മുഗൾ, രാജസ്ഥാനി ചിത്രങ്ങൾ) വർണ്ണ പ്രയോഗമാണ് നിലനിന്നിരുന്ന ത്. പാശ്ചാത്യ കലാസങ്കേതങ്ങളിലൂടെ കടംകൊണ്ട എണ്ണച്ചായ രചന കളിൽ നിന്ന് സ്ഫുടം ചെയ്തെടുത്ത നിഴലിന്റെയും വെളിച്ചത്തിന്റെയും ചിത്രഭാഷയാണ് രവിവർമ്മ തന്റെ രചനകളിൽ ആവിഷ്കരിച്ചിട്ടുള്ളത്. നിഴലിനും വെളിച്ചത്തിനും രവിവർമ്മ നല്കിയ യഥാർത്ഥ വീക്ഷണത്തി നപ്പുറം ചിത്രത്തോടിണങ്ങി നില്ക്കുന്ന കാല്പനികാനുഭവമായി മാറുന്നു ഓരോ ചിത്രവും എന്ന പ്രത്യേകതയും എടുത്തുപറയേണ്ടതാണ്. വെളി ച്ചത്തിന് നല്കുന്ന തിളക്കത്തിന് ആനുപാതികമായി നിഴലിനും അദ്ദേഹം തിളക്കം നല്കിയിരിക്കുന്നു— അമർന്നുകത്തുന്ന നെയ്ത്തിരിവെളിച്ചം പോലെ. ഉദാഹരണമായി *കൊയ്ത്തുകാരി, കൃഷ്ണനെ മുലയൂട്ടുന്ന യശോധ* എന്നീ ചിത്രങ്ങളിലെ നിഴലും വെളിച്ചത്തിന്റെയും പ്രയോഗരീ തിയല്ല *ദാരിദ്ര്യം* എന്ന ചിത്രത്തിൽ കാണാനാവുന്നത്. *വെളിച്ചം വരുന്ന*

വഴികൾ, സൂര്യപ്രകാശത്തിന്റെ തീവ്രതയിലുണ്ടാകുന്ന നിഴലിന്റെയും വെളിച്ചത്തിന്റെയും ലയന പ്രത്യേകതകകൾ രൂപത്തിലേക്ക് വെളിച്ചം വീഴുമ്പോഴുള്ള വർണ്ണരീതികൾ ഇവയൊക്കെ രവിവർമ്മ ശ്രദ്ധിച്ചിരുന്നു.

രവിവർമ്മയുടെ കലാചരിത്രത്തിലെ മറ്റൊരു പ്രധാന വിഭാഗം ചായാ ചിത്രങ്ങളാണ്. രവിവർമ്മ ജീവിച്ച കാലംവരെ നിലനിന്നിരുന്ന രാജസ്ഥാ നി, പഹാരി, മുഗൾ കലാശൈലികളിലെ ഛായാചിത്രങ്ങളിൽ പ്രയോഗ ത്തിലിരുന്ന നിറപ്രയോഗങ്ങളിൽനിന്ന് തികച്ചും വ്യത്യസ്തമായ രവി വർമ്മയുടെ ഛായാചിത്രങ്ങൾ ജനങ്ങൾ ആവേശത്തോടെ സ്വീകരിച്ചു. പരന്ന വർണ്ണത്തേപ്പിൽ നിന്ന് ഉരുണ്ട അവസ്ഥയിലേക്കുള്ള രചനാരീതി യാണ് പ്രത്യക്ഷത്തിൽ ജനങ്ങളുടെ സ്വീകാര്യത വർദ്ധിപ്പിച്ചത്. വര യ്ക്കുന്ന വ്യക്തി(മോഡൽ)യുടെ നിറം, വസ്ത്രങ്ങൾ, അണിഞ്ഞിരി ക്കുന്ന ആടയാഭരണങ്ങൾ, പശ്ചാത്തലം, എന്നിവയോടൊപ്പം നിഴലും വെളിച്ചവും വരുന്ന വഴികളും സാദ്ധ്യതയുമൊക്കെ സമന്വയിപ്പിച്ച ഛായാ ചിത്രരചനാരീതിയായിരുന്നു രവിവർമ്മയുടേത്. വരയ്ക്കുന്ന വ്യക്തിയുടെ സാംസ്കാരിക പശ്ചാത്തലത്തിന്റെ ഉൾത്തുടിപ്പുകൾ, രാജകുടുംബ ത്തിന്റെ പ്രൗഢി (വ്യക്തിപ്രഭാവം)യും ഗാംഭീര്യവും അധികാരവും ലാവ ണ്യചിന്തയുമൊക്കെ ഛായാചിത്രങ്ങളിൽ പ്രകടമാക്കുകയും പൂർണ്ണമായി വിജയിക്കുകയും ചെയ്ത ചിത്രകാരനായിരുന്നു രവിവർമ്മ. ഛായാചിത്ര ങ്ങളുടെ പശ്ചാത്തലത്തിൽ അവതരിപ്പിക്കുന്ന പ്രകൃതിദൃശ്യങ്ങൾ, മറ്റ് രൂപങ്ങൾ, ഞൊറിയുള്ള കർട്ടനുകൾ, വിക്ടോറിയൻ ശൈലിയിലുള്ള ഫർണിച്ചറുകൾ ഇവയൊക്കെ പ്രധാന രൂപത്തോടിണങ്ങി നില്ക്കാൻ അദ്ദേഹം ശ്രദ്ധിച്ചിരുന്നു. നവീനമായൊരു സൗന്ദര്യ സങ്കല്പമാണ് പശ്ചാ ത്തലത്തോടൊപ്പം ചിത്രതലത്തിലെ വ്യക്തിയിലും പ്രതിഫലിക്കുന്ന ത്. *അമ്മാവൻ രാജരാജവർമ്മ, സർ മാധവരാവു* തുടങ്ങിയ നിരവധി യായ ഛായാചിത്രങ്ങൾ ഉദാഹരണമായി കാണാം. ഏതു പാശ്ചാത്യ ചിത്ര ങ്ങളോടും കിടപിടിക്കുന്നവയായിരുന്നു രവിവർമ്മയുടെ ഛായാചിത്രങ്ങൾ.

19-ാം നൂറ്റാണ്ടിന്റെ മദ്ധ്യത്തോടെയാണ് കേരളത്തിൽ മേൽമുണ്ട് കലാപമുണ്ടാകുന്നതും സ്ത്രീകൾക്ക് മാറുമറയ്ക്കാനുമുള്ള അവകാശം നേടിയെടുക്കുന്നതും. വസ്ത്രസങ്കല്പത്തിൽ തന്നെ മാറ്റങ്ങളുണ്ടായ ഈ കാലഘട്ടത്തിലെ വിപ്ലവാത്മക പുരോഗമന ചലനങ്ങളിൽ സാംസ്കാരി കമായ ഇടപെടൽ ചുരുക്കമായിരുന്നു. ഇത്തരം സാംസ്കാരിക ദശാസ ന്ധികളിലൂടെയാണ് പുരാണേതിഹാസങ്ങളിലെ വസ്ത്രസങ്കല്പം രവി വർമ്മയെ ആശയക്കുഴപ്പത്തിലാക്കിയിരുന്നത്. ഭാരതയാത്രകൾ ഒന്നില ധികം തവണ അദ്ദേഹം നടത്തിയതും ആശയപൂർത്തീകരണത്തിന് വേണ്ടിയായിരുന്നു. വസ്ത്രസങ്കല്പത്തിൽപ്രത്യേകിച്ച് സ്ത്രീകളുടെ വസ്ത്രധാരണത്തിൽ 'സാരിയും ബ്ലൗസും' രവിവർമ്മയുടെ സംഭാവന യാണ്. ഛായാചിത്രങ്ങളിലും പുരാണകഥാചിത്രങ്ങളിലും കാണുന്ന വ്യക്തിപ്രഭാവമുള്ള മനുഷ്യരൂപങ്ങളിലെ ആടയാഭരണങ്ങളും വസ്ത്രങ്ങളും നമ്മുടെ സംസ്കാരത്തിന്റെ അടയാളങ്ങളാകുകയും നവീ

നഭാവം സ്വീകരിക്കുകയും ചെയ്യുന്നു. സ്ത്രീപുരുഷരൂപങ്ങൾ ധരിച്ചിരി
ക്കുന്ന വസ്ത്രങ്ങൾ, പശ്ചാത്തലത്തിലുപയോഗിക്കുന്ന കർട്ടനുകൾ ഇവ
യിലെല്ലാമുള്ള ചുളിവുകളും അവയിലെ മിനുക്കുകളിലെ തിളക്കവും രവി
വർമ്മ ചിത്രങ്ങളുടെ പ്രത്യേകതയാണ്. ശരീര-ആംഗ്യഭാഷകളുടെ ചല
നമാതൃകകൾക്കനുസരിച്ചുള്ള വസ്ത്രച്ചുളിവുകളുടെ തഥാതഥവും
അല്പം അതിശയോക്തിപരവുമായ ആവിഷ്കാരരീതിയും അദ്ദേഹം
സ്വീകരിച്ചിരിക്കുന്നു. പുരാണേതിഹാസകഥാപാത്രങ്ങളുടെ വായനയി
ലൂടെ നമ്മുടെ സങ്കല്പത്തിൽ (മനസ്സിൽ) കടന്നു വരുന്ന കഥാപാത്ര
ങ്ങൾ നേർത്ത നിറങ്ങളിലുള്ള പരിമിതമായ വസ്ത്രങ്ങളാണ് ധരിച്ചിരു
ന്നതെങ്കിൽ രവിവർമ്മചിത്രങ്ങളിൽ ചുവപ്പിന്റെയും പച്ചയുടെയും നീല
യുടെയും തിളക്കമാർന്ന ഉടുത്തൊരുങ്ങലിലേക്കാണ് കടന്നുചെല്ലുന്നത്.
ഇവിടെയും ആസ്വാദകരുടെ പൂർണ്ണമായ സഹകരണം രവിവർമ്മയ്ക്ക്
ലഭിച്ചു.

രവിവർമ്മയുടെ കാലശേഷം ഭാരതത്തിൽ സ്വദേശി പ്രസ്ഥാനം
സജീവമായപ്പോൾ വൈദേശികമായി കടന്നുവന്ന സംസ്കാരവും
ഭാഷയും കലാചിന്തകളുമൊക്കെ ഉപേക്ഷിക്കണമെന്ന സ്വദേശി കാഴ്ച
പ്പാട് ശക്തമായി. പാശ്ചാത്യ ചിത്രകലാശൈലിയോട് താല്പര്യം കാട്ടി
യവരുടെ കൂട്ടത്തിലാണ് രവിവർമ്മയുടെ കലയുമെന്ന കാരണത്താലാണ്
ചിലർ തള്ളിപ്പറയാൻ തയ്യാറായത്. ഒപ്പം ഭാരതീയ പാരമ്പര്യദൃശ്യകല
കളുടെ പുനരുജ്ജീവനത്തിനും പാശ്ചാത്യ കലാരീതികളെ ഉപേക്ഷിക്കാ
നുള്ള ആഹ്വാനത്തിലാണ് രവിവർമ്മ വിമർശിക്കപ്പെട്ടത്.

ഏണസ്റ്റ് ബിൻഫീൽഡ്, ഹാവേൽ (ഇ ബി ഹാവേൽ 1861–1934)
ഭാരതീയ കലകളുടെയും ഭാരതീയ സൗന്ദര്യസങ്കല്പങ്ങളുടെയും
മഹത്ത്വം ഉയർത്തിപ്പിടിക്കുകയും ആധുനികകലാപഠനത്തിന് രൂപം
നല്കുകയും ചെയ്ത പ്രമുഖനായ കലാചരിത്രനിരൂപകനായിരുന്നു.
ബ്രിട്ടീഷുകാരനായിരുന്നു ഇ ബി ഹാവേൽ ഇന്ത്യൻ കലാചരിത്രത്തിൽ
ഒരു വിപ്ലവം തന്നെ തുടങ്ങിവച്ച ബംഗാൾ സ്കൂൾ എന്ന കലാപ്രസ്ഥാ
നത്തോടൊപ്പംനിന്ന ഹാവേൽ ഭാരതീയകലകളുടെ ശൈലിയിൽ പുന
രുദ്ധരിക്കാൻ വേണ്ട നടപടികൾ സ്വീകരിക്കുകയും പടിഞ്ഞാറൻ കലാ
പഠനസമ്പ്രദായങ്ങളെ പാടെ നിരസിക്കുകയും ചെയ്തു. (ഹാവേലിന്റെ
നടപടി ബ്രിട്ടീഷ് സർക്കാർ എതിർക്കുകയും ചില ശിക്ഷണ നടപടി
കൾക്ക് ഹാവേൽ വിധേയനാകുകയും ചെയ്തു.) പാശ്ചാത്യശൈലി
പിൻതുടർന്നു എന്ന കാരണത്താൽ രവിവർമ്മ വിമർശിക്കപ്പെടുമ്പോൾ,
ലക്ഷണമൊത്ത മനുഷ്യരൂപങ്ങളെ 'പാശ്ചാത്യശൈലി'യിലാണ് രവി
വർമ്മ വരച്ചതെന്ന് ഹാവേൽ ആരോപിച്ചു. ഭാരതീയസൗന്ദര്യസങ്കല്പ
ങ്ങളെ രവിവർമ്മ കലയിലൂടെ പരിപോഷിക്കുന്നില്ലെന്ന വാദത്തോട്
നിഷ്പക്ഷമതികൾ നിസ്സംഗത പാലിക്കുകയാണുണ്ടായത്. രവിവർമ്മ
ചിത്രങ്ങളെ വിമർശിച്ച മറ്റൊരു പ്രമുഖനായ കലാനിരൂപകൻ ആനന്ദ
കുമാരസ്വാമിയാണ്. ആനന്ദകുമാരസ്വാമിയ്ക്ക് മുമ്പേ ഭാരതീയ കലാ

പാരമ്പര്യം ഉയർത്തിപ്പിടിച്ചത് ഹാവേലിയായിരുന്നു. ഭാരതീയ കലാപാ
രമ്പര്യത്തെക്കുറിച്ച് അമിതവും അന്ധവുമായ പ്രതീക്ഷയാണ് ആനന്ദ
കുമാരസ്വാമിക്കുണ്ടായിരുന്നത്. കലകളെക്കുറിച്ച് സ്വതന്ത്രവും തത്ത്വാ
ധിഷ്ഠിതവുമായ അദ്ദേഹത്തിന്റെ പ്രതീക്ഷകൾക്ക് വിപരീതമായ ശൈലി
യാണ് രവിവർമ്മ ചിത്രങ്ങളിൽ സ്വീകരിച്ചതെന്ന വാദമായിരുന്നു ആന
ന്ദകുമാരസ്വാമിക്ക്. ഒരു ഭാരതീയ ചിത്രകാരൻ പാശ്ചാത്യ കലാശൈലി
കളെ സ്വീകരിക്കുന്നത് ആനന്ദകുമാരസ്വാമിക്ക് സഹിക്കാനാവുമായിരു
ന്നതല്ല. രവിവർമ്മ ചിത്രങ്ങൾ ഭാരതീയമല്ല എന്ന വിമർശനത്തോടൊപ്പം
രവിവർമ്മ വരച്ച ദേവീദേവന്മാരുടെയും പുരാണകഥാനായകന്മാരുടെയും
ചിത്രങ്ങൾ സാധാരണ മനുഷ്യരൂപങ്ങളിൽ നിന്ന് വ്യത്യസ്തമല്ലെന്നും
അവയ്ക്ക് ദൈവീകത്വമോ വിശുദ്ധിയോ ഇല്ലെന്നുമാണ് ആനന്ദകുമാര
സ്വാമിയുടെ മറ്റൊരാക്ഷേപം. (സാധാരണ മനുഷ്യരുടെ ഇടയിൽ നിന്ന്
പുരാണകഥാപാത്രങ്ങളെ തന്മയത്വമായി ആവാഹിച്ചവതരിപ്പിച്ചതിൽ രവി
വർമ്മയെ വാനോളം പുകഴ്ത്തുന്ന ആസ്വാദകർക്കും നിരൂപകർക്കുമിട
യിൽ ആനന്ദകുമാരസ്വാമിയുടെ വാദം മുങ്ങിപ്പോയെങ്കിലും പില്ക്കാല
ചർച്ചകൾക്ക് തുടക്കമാവാനും സജീവമാകാനും കഴിഞ്ഞു എന്നത്
യാഥാർത്ഥ്യം).

പ്രഗത്ഭകലാചിന്തകനെന്ന നിലയിൽ ആനന്ദകുമാരസ്വാമിയിൽ
നിന്നുണ്ടായ രവിവർമ്മ ചിത്രങ്ങളുടെ വിമർശനം ലോകമെമ്പാടും അല
യടിച്ചു. കാലത്തെ അതിജീവിക്കുന്ന രവിവർമ്മ ചിത്രങ്ങളുടെ പ്രശസ്തി
യോടൊപ്പം ആനന്ദകുമാരസ്വാമിയുടെയും ഹാവേലിന്റെയും നിരീക്ഷണ
ങ്ങളും ഒപ്പം സഞ്ചരിച്ചുകൊണ്ടിരുന്നു.

ഭാരതീയ ചിത്രകാരന്മാർ പ്രകൃതി വസ്തുക്കളെയും രൂപങ്ങളെയും
രൂപഘടനയിൽ വ്യത്യാസം വരുത്തി യഥാർത്ഥമായി ചിത്രീകരിക്കുന്നു
എന്ന വാദം വിദേശകലാനിരൂപകരായ വിൻസന്റ് സ്മിത്ത്, ലോർഡ്
പോവൻ എന്നിവർ അഭിപ്രായപ്പെട്ടിരുന്നു. എന്നാൽ പാശ്ചാത്യ ചിത്രക
ലയിലെ റിയലിസത്തെ രവിവർമ്മ പുനരാവിഷ്കരിച്ചെന്ന വിമർശനമാണ്
ഈ കലാനിരൂപകർ കൈക്കൊണ്ടിരുന്നത്.

രവിവർമ്മയുടെ കലയിലെ മഹത്ത്വവും പെരുമയും വിമർശകരുടെ
വാദമുഖങ്ങളും ഇഴചേർത്തുകൊണ്ട് രവിവർമ്മ ചിത്രങ്ങൾ വരുംതലമു
റകളിലൂടെ സജീവമായി നിറക്കാഴ്ച സമ്മാനിച്ചുകൊണ്ടിരിക്കുന്നു, കാലാ
തിവർത്തിയായി.

രവിവർമ്മ ജീവിതരേഖ

1848   ഏപ്രിൽ 29 കിളിമാനൂരിൽ ജനനം.

1858   അമ്മാവൻ രാജരാജവർമ്മയിൽ നിന്ന് ചിത്രകലയുടെ ബാല പാഠങ്ങൾക്ക് തുടക്കം.

1862   തിരുവിതാംകൂർ മഹാരാജാവ് ആയില്യം തിരുനാളിനെ കാണുന്നു. ഒപ്പം തിരുവനന്തപുരത്ത് താമസവും.

1868   തിയോഡർ ജൻസൺ എന്ന പാശ്ചാത്യ ചിത്രകാരൻ തിരുവിതാംകൂറിലെത്തുന്നു.

എണ്ണച്ചായരചനാ പഠനം രവിവർമ്മ സജീവമായി തുടരുന്നു.

1870   രവിവർമ്മയും സംഘവും മൂകാംബികയിലേക്ക്.

ചായാചിത്രരചനയ്ക്ക് ആദ്യപ്രതിഫലം – കോഴിക്കോട് സബ് ജഡ്ജി പാലാട്ട് കൃഷ്ണമേനോനിൽ നിന്ന്.

1873   മദ്രാസിൽ നടന്ന ലോക ചിത്രകലാ പ്രദർശനത്തിലും മത്സരത്തിലും *പിച്ചിപ്പൂച്ചൂടിയ മലയാളി പെൺകൊടി* ഒന്നാം സ്ഥാനം നേടി.

വിയന്ന അഖില ലോക കലാപ്രദർശനത്തിലും ഈ ചിത്രത്തിന് കീർത്തിമുദ്ര ലഭിച്ചു. ആയില്യം തിരുനാൾ മഹാരാജാവ് വീര ശൃംഖല നല്കി രവിവർമ്മയെ ആദരിച്ചു.

1874   മദ്രാസ് കലാപ്രദർശനത്തിൽ *തംബുരു മീട്ടി പാടുന്ന വനിത* എന്ന ചിത്രത്തിന് സുവർണ്ണമുദ്ര നേടി.

1876   മദ്രാസ് കലാപ്രദർശനത്തിൽ *ശകുന്തളാ പത്രലേഖനം* എന്ന ചിത്രം ഒന്നാം സ്ഥാനം ലഭിച്ചു.

1879   ചായാചിത്രരചനയ്ക്കായി, മദ്രാസ് സൗഹൃദങ്ങളുടെ ക്ഷണം സ്വീകരിച്ച് അനുജൻ രാജരാജവർമ്മയോടൊപ്പം മദ്രാസിലേക്ക്.

1880   രവിവർമ്മയ്ക്ക് ഗുരുതുല്യനായ ആയില്യം തിരുനാൾ നാടുനീങ്ങി.

1881. ബറോഡ രാജാവിന്റെ സ്ഥാനാരോഹണചടങ്ങിൽ രവിവർമ്മ ക്ഷണിക്കപ്പെട്ടു.

1884 ചിത്രകലയിലെ ആദ്യഗുരുവും അമ്മാവനുമായ രാജരാജവർമ്മ അന്തരിച്ചു.

1887 മാതാവ് ഉമാംബഭായി തമ്പുരാട്ടി 55-ാം വയസ്സിൽ നിര്യാതയായി.

1888 രവിവർമ്മ ചിത്രങ്ങൾ അച്ചടിക്കുന്നതിനുള്ള നിർദ്ദേശം സർ ടി മാധവറാവു രവിവർമ്മയുമായി പങ്കുവയ്ക്കുന്നു.

1889-90 അനുജൻ രാജരാജവർമ്മയോടൊപ്പം ആദ്യത്തെ ഭാരതപര്യടനം

1891 രവിവർമ്മ ബോംബെയിലായിരിക്കുമ്പോൾ പ്രിയപത്നിയുടെ നിര്യാണം.

1892 ചിത്രങ്ങൾ അച്ചടിക്കുന്നതിനുള്ള പ്രസ് ബോംബെയിൽ സ്ഥാപിച്ചു.

1893 ചിക്കാഗോ കലാപ്രദർശനത്തിൽ രവിവർമ്മാചിത്രങ്ങൾ ലോക ശ്രദ്ധ പിടിച്ചുപറ്റി.

1894 രവിവർമ്മ ഫൈൻ ആർട്സ് ലിത്തോപ്രസിൽനിന്ന് *ശകുന്തളാ ജനനം* എന്ന ചിത്രം ആദ്യമായി അച്ചടിച്ച് പുറത്തിറക്കി. തുടർന്ന് ദേവീദേവന്മാരുടേതടക്കം നിരവധി ചിത്രങ്ങൾ അച്ചടിച്ച് പുറത്തിറക്കുകയുണ്ടായി.

1894-95 പുരാണചിത്രരചനയ്ക്കായി വീണ്ടുമൊരു ഭാരതപര്യടനം.

1898 പ്ലേഗ് രോഗം ബോംബെയിലും പൂനയിലും പടർന്നുപിടിച്ചു. പ്രസിന്റെ പ്രവർത്തനങ്ങൾ തകരാറിലായി.

1899 പൂനയിലേക്ക് പ്രസ് മാറ്റി സ്ഥാപിക്കുകയും അനുജൻ രാജരാ ജവർമ്മ പ്രസിന്റെ ചുമതല ഏറ്റെടുക്കുകയും ചെയ്തു. പിതാവ് എഴുമാവിൽ ഭട്ടതിരിപ്പാടിന്റെ മരണം.

1900 പാരീസ് അഖിലലോക കലാപ്രദർശനത്തിൽ കീർത്തിമുദ്ര ലഭിച്ചു.

1901 മത്സരങ്ങളിൽ ഇനി പങ്കെടുക്കുകയയില്ലെന്ന രവിവർമ്മയുടെ പ്രഖ്യാപനം.
       ഉദയ്പൂർ മേവാർ രാജാവ്, ഹൈദരാബാദ് രാജാവ് എന്നിവരുടെ അതിഥിയായി.
       പ്രസ് സ്ലൈഷർക്ക് പൂർണ്ണമായും കൈമാറുന്നു

1904 ബ്രിട്ടീഷ് ഗവൺമെന്റ് രവിവർമ്മയ്ക്ക് കേസരിഹിന്ദ് ബഹുമതി നല്കി ആദരിച്ചു.

1905 രവിവർമ്മയുടെ ജീവിതത്തിലെ ഏറെ ദുഃഖാർദ്രമായ ദിനങ്ങൾ, കലയിലും ജീവിതത്തിലും എന്നും ഒപ്പമുണ്ടായിരുന്ന അനു ജൻ രാജരാജവർമ്മയുടെ നിര്യാണം.

1906 രവിവർമ്മ രോഗാവസ്ഥയിലേക്ക്.
       സെപ്തംബറിൽ പനി മൂർച്ഛിക്കുന്നു.
       ഒക്ടോബർ 2 ഉച്ചയ്ക്ക് 2 മണി,
       രവിവർമ്മയുടെ നിറച്ചാർത്തുകളിലേക്ക് മരണം കടന്നുവന്നു.

രവിവർമ്മ വരച്ച പ്രധാനപ്പെട്ട ചില ചിത്രങ്ങളുടെ പേരുകൾ

ശകുന്തള	എണ്ണച്ചായം	1898
ദാരിദ്ര്യം	എണ്ണച്ചായം	1893
ദ്രൗപതിയും സിംഹികയും	,,	1890
ജൂഡിത്	,,	1898
ദ്രൗപതി വിരാട സദസിൽ	,,	1890
മോഹിനിയും രുഗ്മാംഗദനും	,,	1899
മോഹിനിയും രുംഗ്മാംഗദനും	,,	
ഹംസദമയന്തി	,,	
നൃത്തം	,,	
നൃത്തം	,,	
വിശ്രമം	,,	
രാജരാജവർമ്മ	,,	1880
ദാദാഭായ് നവരോജി	,,	
ഛായാചിത്രം	,,	
ശ്രീരാമനാഥ റാവു	,,	
ശ്രീമതി രാമനാഥറാവു	,,	
മഹാറാണി ലക്ഷ്മിഭായി	,,	1881
കേരള വർമ്മ വലിയകോയിത്തമ്പുരാൻ		1880
എച്ച് ബി ഗ്രിഗ്	,,	
ജി ടി മഖൻസി	,,	
കേണൽ ഡബ്ല്യയൂ ഡി ബ്രോഡീ കെച്ചൺ	,,	
മാവേലിക്കര അമ്മത്തമ്പുരാൻ	,,	
വിദ്യാർത്ഥി	,,	

പത്രവായന	,,	
ബിൽസ്ത്രീ	,,	
റജപുട്ട് യോദ്ധാവ്	,,	
ജഗൻ മന്ദിർ പാലസ് ഉദയ്പൂർ	,,	1901
റായ്പന്നിലാൽ മേഹ്താ ഉദയ്പൂർ	,,	
മൈസൂർ ഖെദ്ദക്യാമ്പ്	,,	1906
മൈസൂർ ഖെദ്ദ ഓപ്പറേഷൻ	,,	
ജോഹാർ	,,	
മൈസൂർ	,,	
റാണാപ്രതാപ്	,,	1901
ഹെഡ് പ്യൂൺ	,,	
വാളേന്തിയ മനുഷ്യൻ	,,	
പാൽക്കാരി	,,	
കുതിരകൾ		
ബ്രാഹ്മണയുവതി		
സീതയെയും കൊണ്ട് രാവണൻ		
ജയിലിനുള്ളിലെ സ്ത്രീ		
വില്ല് ഒടിക്കുന്ന രാമൻ	ജലച്ചായം	
ഉദയ്പൂർ പാലസ്	എണ്ണച്ചായം	1901
ഖെദ്ദ ക്യാമ്പ്		1906

മേൽപ്പറഞ്ഞ 43 ചിത്രങ്ങൾ തിരുവനന്തപുരം ശ്രീ ചിത്ര ആർട്ട് ഗ്യാലറിയിൽ പ്രദർശിപ്പിച്ചുവരുന്നു.

അർജ്ജുനനും സുഭദ്രയും	എണ്ണച്ചായം	1890
	സ്വകാര്യശേഖരം	
അശോകവനത്തിലെ സീത	എണ്ണച്ചായം	1894 ,,
അഹല്യാ മോചനം	,,	
ഇന്ദ്രജിത്തിന്റെ വിജയം	,,	1905 ,,
ആശങ്ക	,, സലാർജങ് മ്യൂസിയം ഹൈദരാബാദ്	
യശോദയും കൃഷ്ണനും	സ്വകാര്യശേഖരം	
ഉറങ്ങുന്ന വനിത	,,	
ഉമാംബഭായി തമ്പുരാട്ടി	,,	
ഊഞ്ഞാലാടുന്ന മോഹിനി	,, സ്വകാര്യശേഖരം	
വിശ്രമിക്കുന്ന നായർ വനിത	,, 1902 സ്വകാര്യശേഖരം	
ഗായികാംഗനമാർ	,, 1884 ജഗ്മോഹൻ പാലസ്	
മൈസൂർ		
കൊയ്ത്തുകാരി	,, സ്വകാര്യ ശേഖരം	
കംസവധം	,, 1900 ,,	
കണ്ണാടി നോക്കുന്ന നായർ യുവതി	1894 ഗവ. മ്യൂസിയം ചെന്നൈ	

കാദംബരി	” 1906 സ്വകാര്യശേഖരം
കീചകനും സൈരന്ധ്രിയും	1891 മഹാരാജാ ഫത്തേ സിങ്
മ്യൂസിയം വഡോദര	
കുളിക്കടവിലെ സുന്ദരി	1890
കൃഷ്ണന്റെ ജനനം	” മഹാരാജ ഫത്തോസിങ് മ്യൂസിയം
	വഡോധര
പിച്ചിപ്പൂചൂടിയ മലയാളി	
പെൺകൊടി	1872
	1890
കുളിക്കടവിലെ വരാസ്യാർ	
	കവടിയാർ കൊട്ടാരം.
	”
പാൽക്കുടം ഏന്തിയ സ്ത്രീ	”
പന്തുകളിക്കുന്ന മോഹിനി	1896
	സ്വകാര്യശേഖരം
ദ്രൗപതി വസ്ത്രാപഹരണം	” ഓളിയോഗ്രാഫ് സ്വകാര്യശേഖരം
ജടായുവധം	” 1906
സർ മാധവറാവു	” 1904 കൽക്കത്ത വിക്ടോറിയ
	മെമ്മോറിയൽ ഹാൾ
സീതാസ്വയംവരം	” ലക്ഷ്മി വിലാസം കൊട്ടാരം
	ബറോഡ
സീതാഭൂപ്രവേശം	” 1880 മഹാരാജ ഫത്തേസിങ്
	മ്യൂസിയം വഡോദര
ഹംസദൂത്	” 1906 നരസിംഹരാജവാഡിയാർ
	മൈസൂർ
സ്വരബത് വായിക്കുന്ന വനിത	” കവടിയാർ കൊട്ടാരം
സേവനത്തിൽ നിന്ന് വിരമിച്ച ഭടൻ	” 1902 ഗവ. മ്യൂസിയം ചെന്നൈ
വിശ്വാമിത്രനും മേനകയും	” ലക്ഷ്മി വിലാസം കൊട്ടാരം
	ബറോഡ
കൃഷ്ണനെ മുലയൂട്ടുന്ന യശോദ	“ 18882 ജയ്മോഹൻ പാലസ്
	മൈസൂർ
സൈരന്ധ്രി	” 1891 ഡിപ്പാർട്ടുമെന്റ് ഓഫ്
	ആർക്കിയോളജി മ്യൂസിയം മഹാരാഷ്ട്ര
മലയാളി വനിത	”1892 ശ്രീഭവാനി ആർട്ട് ഗ്യാലറി
പ്രതീക്ഷ	1894 കവടിയാർ കൊട്ടാരം.
ശന്തനുവും ഗംഗയും	1890 മഹാരാജ ഫത്തേസിങ്
	മ്യൂസിയം വഡോദര
വീണ വായിക്കുന്ന വനിത	” സ്വകാര്യ ശേഖരം
വീണ വായിക്കുന്ന മലബാർ സുന്ദരി	1893 കവടിയാർ കൊട്ടാരം.
ശകുന്തളാ പത്രലേഖനം	” 1894 സ്വകാര്യശേഖരം

ബക്കിങ്ഹാം പ്രഭു	” 1880 രാജ് ഭവൻ ഊട്ടി
കംസമായ	” 1891 മഹാരാജ ഫത്തേസിങ് മ്യൂസിയം വഡോധര
ചുവപ്പണിഞ്ഞ വനിത	1895 സ്വകാര്യശേഖരം
അച്ഛൻ ദാ വരുന്നു	” 1893 കവടിയാർ കൊട്ടാരം.
ദ്രൗപതി മധുചഷകവുമായ്	1906 ജഗ്മോഹൻ പാലസ് മൈസൂർ
നളനും ദമയന്തിയും	1890 മഹാരാജാ ഫത്തേസിങ് മ്യൂസിയം വഡോധര
രാധയും കൃഷ്ണനും	” 1901 സ്വകാര്യശേഖരം
രാധയും സഖിയും	” ഓളിയോഗ്രാഫ് സ്വകാര്യശേ
ഖരം	
ശ്രീകൃഷ്ണദൂത്	”1906 ജഗ്മോഹൻ പാലസ് മൈസൂർ
കൃഷ്ണൻ കംസനെ വകവരുത്തി	
മാതാപിതാക്കളെ മോചിപ്പിക്കുന്നു മൈസൂർ	” 1905 ജഗ്മോഹൻ പാലസ്
മലബാർ വനിത	” 1899 ജയചാമ രാജേന്ദ്ര ആർട്ട് ഗ്യാലറി
മൈസൂർ	
ഫലമേന്തിയ മഹാരാഷ്ട്രവനിത	” കവടിയാർ കൊട്ടാരം.
രാധാകൃഷ്ണ നൃത്തം	ജയച്ചായം സ്വകാര്യശേഖരം
ഭിക്ഷ	”1899 ജഗ്മോഹൻ പാലസ്
മൈസൂർ	
ഗംഗാപ്രവാഹം	ഓളിയോഗ്രാഫ്
ലുബ്ദ്ധൻ	” 1901 മദ്രാസ് നാഷണൽ ആർട്ട്
ഗ്യാലറി	
ശന്തനുവും മത്സ്യഗന്ധിയും	” 1890 മഹാരാജ ഫത്തേസിങ് മ്യൂസിയം വഡോദര
സരസ്വതി	” 1896
മഹാരാഷ്ട്ര വനിത	” 1893 നാഷണൽ ഗ്യാലറി ഓഫ് മോഡേൺ ആർട്ട് ന്യൂഡൽഹി

തുടങ്ങി നിരവധി വിഷയാധിഷ്ഠിത ചിത്രങ്ങളും ഛായാചിത്രങ്ങളും അച്ചടി ആവശ്യത്തിലേക്ക് വരച്ച നൂറിലധികം ചിത്രങ്ങളും ഈ പട്ടിക യിൽ ഉൾപ്പെടുത്തിയിട്ടില്ല.

റഫറൻസ് ഗ്രന്ഥങ്ങൾ

ശ്രീ വിജയകുമാർ മേനോൻ - രവിവർമ്മ
ശ്രീ കിളിമാനൂർ ചന്ദ്രൻ - രാജാരവിവർമ്മയും ചിത്രകലയും